ਤੂੰ ਕਹਿਨੀ ਮੈਂ ਪਿਆਰ ਨੀ ਕਰਦਾ...?

ਲਵਦੀਪ ਮਾਨ

ਪਿਆਰੇ ਪਾਠਕ,

ਇਹ ਸ਼ਬਦ ਸਿਰਫ਼ ਲਿਖੇ ਨਹੀਂ ਗਏ, ਇਹ ਮਹਿਸੂਸ ਕੀਤੇ ਗਏ ਹਨ। ਹਰ ਇਕ ਸ਼ਾਇਰੀ ਵਿੱਚ ਕੋਈ ਨਾ ਕੋਈ ਅਹਿਸਾਸ ਲੁਕਿਆ ਹੋਇਆ ਹੈ — ਕਦੇ ਪਿਆਰ, ਕਦੇ ਦਰਦ, ਤੇ ਕਦੇ ਚੁੱਪੀਆਂ ਦੀਆਂ ਗੱਲਾਂ।

ਸ਼ਾਇਦ ਇਨ੍ਹਾਂ ਲਫ਼ਜ਼ਾਂ ਵਿੱਚ ਤੁਹਾਨੂੰ ਆਪਣੀ ਕਹਾਣੀ ਵੀ ਨਜ਼ਰ ਆਵੇ।

ਜੇ ਇਹ ਕਿਤਾਬ ਤੁਹਾਡੇ ਦਿਲ ਨੂੰ ਛੂਹ ਜਾਵੇ, ਤਾਂ ਸਮਝੋ ਇਹੀ ਮੇਰੀ ਲਿਖਤ ਦੀ ਸਭ ਤੋਂ ਵੱਡੀ ਕਾਮਯਾਬੀ ਹੈ।

ਤੁਹਾਡਾ,
ਲਵਦੀਪ ਮਾਨ

ਤੂੰ ਸੋਹਣੀ ਤੇਰਾ ਹਾਸਾ ਸੋਹਣਾ
ਸੋਹਣੇ ਤੇਰੇ ਦੰਦ ਕੁੜੇ,
ਹੋਣੇ ਬਾਕੀਆਂ ਦੇ ਇਸ਼ਕ ਨੀ ਚੰਨ ਵਰਗੇ
ਤੈਥੋਂ ਜਵਾ ਨੀ ਸੋਹਣਾ ਚੰਨ ਕੁੜੇ,
ਤੂੰ ਇੱਧਰ ਦਿਖਦੀ ਓਧਰ ਦਿਖਦੀ
ਦਿਖਦੀ ਮੈਨੂੰ ਤਾਂ ਵੀ ਏ
ਭਾਵੇਂ ਅੱਖਾਂ ਕਰਲਾਂ ਬੰਦ ਕੁੜੇ,

ਸਾਰਾ ਕੁੱਝ ਫਿਰ ਫਿੱਕਾ ਪੈ ਜੇ
ਜਦੋਂ ਨਿਕਲਦੀ ਸੁਰਖੀ ਦੇ
ਲਾ ਵੰਨ ਸਵੰਨੇ ਰੰਗ ਕੁੜੇ,
ਬੜੀਆਂ ਸੋਹਣੀਆਂ ਅੱਖਾਂ ਤੇਰੀਆਂ
ਜੇ ਤੂੰ ਸਾਡੇ ਨਾਲ ਮਿਲਾਵੇ
ਫਿਰ ਨਸ਼ਾ ਕਰਨ ਜਿਵੇਂ ਭੰਗ ਕੁੜੇ,

ਤੂੰ ਵੀ ਕਰਦੀ ਪਿਆਰ ਸਾਨੂੰ
ਬੱਸ ਉੱਤੇ ਉੱਤੇ ਮੰਨੇ ਨਾ
ਇਹ ਦੱਸਣ ਵਿੱਚ ਕੀ ਸੰਗ ਕੁੜੇ,
ਤੈਨੂੰ ਪਾਉਣ ਲਈ ਸਭ ਕੁੱਝ ਕੀਤਾ
ਨਾਲੇ ਉੱਠ ਸਵੇਰੇ ਸੰਗਰਾਦ ਵਾਲੇ ਦਿਨ
ਲਿਆ ਰੱਬ ਤੋ ਤੈਨੂੰ ਮੰਗ ਕੁੜੇ।

ਸਾਰੀ ਉਮਰ ਤੇਰੇ ਹਾਸਿਆਂ ਦੇ ਵਿੱਚ
ਹੱਸਣਾ ਚਾਹੁੰਦਾ ਹਾਂ,
ਜਿੰਨਾ ਚਿਰ ਇਹਨਾਂ ਅੱਖੀਆਂ ਨੂੰ ਦਿਖਦਾ
ਤੈਨੂੰ ਤੱਕਣਾ ਚਾਹੁੰਦਾ ਹਾਂ,

ਤੈਨੂੰ ਦੂਰ ਕਿਤੇ ਮੈਂ ਦਿਲ ਦੇ ਮਹਿਲ ਵਿੱਚ
ਰੱਖਣਾ ਚਾਹੁੰਦਾ ਹਾਂ,
ਜਿਹੜਾ ਪਾਵੇਂ ਸੁਰਮਾ ਸੋਹਣੇ ਨੈਣਾਂ ਦੇ ਵਿੱਚ ਤੂੰ
ਲੈਕੇ ਓਦੀ ਜਗ੍ਹਾ ਦੁਨੀਆ ਤੋ ਹੋਣਾ ਸੱਖਣਾ ਚਾਹੁੰਦਾ ਹਾਂ,

ਨੀ ਮੈਂ ਸਾਰੀ ਉਮਰ ਤੇਰੇ ਹਾਸਿਆਂ ਦੇ ਵਿੱਚ
ਹੱਸਣਾ ਚਾਹੁੰਦਾ ਹਾਂ |

ਓਹਦਾ ਪਿਆਰ ਹਵਾਵਾਂ ਵਰਗਾ ਏ
ਕਦੇ ਵੱਗਦਾ ਏ ਕਦੇ ਰੁਕ ਜਾਂਦਾ,
ਜੇ ਹੱਸ ਨੈਣ ਮਿਲਾਜੇ ਓਹ
ਫਿਰ ਹਰ ਦੁੱਖ ਮੇਰਾ ਮੁੱਕ ਜਾਂਦਾ,

ਪੰਜਾਬ ਚ ਵਗਦੇ ਪਾਣੀ ਵਾਂਗੂ
ਪਿਆਰ ਤਾ ਮੇਰਾ ਵਾਧੂ ਏ,
ਓਹਨੂੰ ਫ਼ਰਕ ਨਹੀਂ ਮੇਰੇ ਹੋਣੇ ਦਾ
ਤਾਇਓ ਦਿਲ ਦਾ ਬੂਟਾ ਸੁੱਕ ਜਾਂਦਾ,

ਜਦੋ ਚੱਲਦੀ ਹੋਵੇ ਮੁਲਾਕਾਤ ਸਾਡੀ
ਤੇ ਸਮਾਂ ਆਉਂਦਾ ਏ ਜਾਣੇ ਦਾ,
ਫਿਰ ਆਪੇ ਹੀ ਬੁੱਲ ਕਹਿ ਦਿੰਦੇ
ਥੋੜ੍ਹੀ ਦੇਰ ਕਿਉਂ ਨੀ ਰੁੱਕ ਜਾਂਦਾ |

ਪਲ ਪਲ ਮੁੱਕਦੇ ਜਾਂਦੇ ਸਾਡੇ ਸਾਹ ਸੱਜਣਾ,
ਜਦੋ ਬੈਠੇ ਹੋਈਏ ਦੇਖਣ ਤੇਰਾ ਰਾਹ ਸੱਜਣਾ,
ਅਸੀਂ ਕਰੀਏ ਜਾਨ ਤੋਂ ਵੱਧ ਤੇਰੀ
ਤੈਨੂੰ ਭੋਰੀ ਸਾਡੀ ਨੀ ਪਰਵਾਹ ਸੱਜਣਾ,

ਤੂੰ ਕਰਦਾ ਸਾਨੂੰ ਪਿਆਰ ਜਵਾ ਨੀ
ਬਸ ਕਹਿਦੇ ਇਹ ਅਫਵਾਹ ਸੱਜਣਾ,
ਹੁਣ ਕੱਲੇ ਕੱਲੇ ਰਹਿਣ ਲੱਗੇ
ਤੇਰੀ ਯਾਦਾਂ ਦਾ ਘਰ ਪਾ ਸੱਜਣਾ,

ਤੈਨੂੰ ਪਿਆਰ ਸਾਡੇ ਜਿਆ ਮਿਲਣਾ ਨਈ
ਇਹਦਾ ਥੋੜਾ ਤਾਂ ਮੁੱਲ ਪਾ ਸੱਜਣਾ |

ਛੱਡ ਗੁੱਸੇ ਦਿਲਾ ਤੂੰ ਰੁੱਸੀਂ ਨਾ
ਤੈਨੂੰ ਕਦੇ ਵੀ ਕਿਸੇ ਮਨਾਉਣਾ ਨਈ,
ਭਾਵੇ ਦੂਰ ਕਿਤੇ ਜਾ ਕੱਲਾ ਬਹਿ ਜੀ
ਤੇਰੇ ਕੋਲੇ ਕਿਸੇ ਵੀ ਆਉਣਾ ਨਈ,

ਬੱਸ ਉਪਰੋਂ ਉਪਰੋਂ ਹੱਸੀ ਜਾ
ਨਈ ਮਹਿਫ਼ਿਲ ਕਿਸੇ ਬਿਠਾਉਣਾ ਨਈ,
ਹੰਝੂ ਦੇਵੇ ਸੱਜਣ ਭਾਵੇ ਰੋਜ਼ ਤੈਨੂੰ
ਵਾਅਦਾ ਕਰ ਓਹਨੂੰ ਕਦੇ ਰਵਾਉਣਾ ਨਈ,

ਓਹਨੂੰ ਆਪਣਾ ਆਪਣਾ ਕਹਿੰਦਾ ਰਹਿ
ਪਰ ਉਹਦੇ ਦਿਲ ਦੀਆਂ ਜਾਣੇ ਤੂੰ
ਓਹਨੇ ਆਪਣਾ ਕਦੇ ਬਣਾਉਣਾ ਨਹੀ |

ਤੈਨੂੰ ਮਿਲਣੇ ਦਾ ਬੜਾ ਦਿਲ ਕਰਦਾ
ਇੱਕ ਵਾਰ ਤਾਂ ਫ਼ੇਰਾ ਪਾ ਯਾਰਾ,
ਭਾਵੇਂ ਸਾਹਮਣੇ ਬਹਿਕੇ ਸੰਗੀ ਜਾਈਂ
ਕੁਝ ਮੁੱਖ ਆਪਣੇ ਚੋਂ ਬੋਲੀਂ ਨਾ
ਸਾਨੂੰ ਕਦੇ ਤਾਂ ਕੋਲ ਬਿਠਾ ਯਾਰਾ,

ਦੇਈਏ ਵਾਰ ਸਭ ਤੇਰੀ ਮੁਸਕਾਨ ਤੋਂ
ਇੱਕ ਵਾਰ ਤਾਂ ਸਾਨੂੰ ਅਜ਼ਮਾ ਯਾਰਾ,
ਜਿਹਨੂੰ ਸੁਣ ਸਾਡਾ ਦਿਲ ਕਹੇ
ਮੈਨੂੰ ਇੰਨੀਆਂ ਖ਼ੁਸ਼ੀਆਂ ਵਾਧੂ ਨੇ
ਤੂੰ ਐਸਾ ਕੁੱਝ ਫੁਰਮਾਹ ਯਾਰਾ,

ਕੋਈ ਟੱਪ ਜੋਂ ਕਾਲਾ ਟੂਣਾ ਤੂੰ
ਤੈਨੂੰ ਯਾਦ ਰਵੇ ਨਾ ਹੋਰ ਕੋਈ
ਪਰ ਸਾਨੂੰ ਲਵੇ ਬੁਲਾ ਯਾਰਾ,
ਤੇਰਾ ਦਿਲ ਕਰੇ ਨਾ ਛੱਡਣ ਨੂੰ
ਭਾਵੇਂ ਲੋਕ ਸਾਰੇ ਹੀ ਦੇਖਦੇ ਹੋਣ
ਸਾਨੂੰ ਓਵੇ ਗਲ ਨਾਲ ਲਾ ਯਾਰਾ...

Continue...

ਮੈਂ ਮਰ ਜਾਵਾਂ ਤੂੰ ਮੰਨੇ ਨਾ
ਕਹੋਂ ਮੇਰੇ ਦਿਲ ਵਿੱਚ ਜਿਓਂਦਾ ਓਹ
ਕੁਝ ਐਸਾ ਮਨ ਸਮਝਾ ਯਾਰਾ,
ਕਿਤੇ ਇਹ ਨਾ ਹੋਵੇ ਅਸੀਂ ਚਲੇ ਜਾਈਏ
ਫਿਰ ਯਾਦ ਕਰੀ ਭਾਵੇਂ ਰੋਈ ਜਾਈਂ
ਅਸੀਂ ਪਿੱਛੇ ਜਵਾ ਵੀ ਮੁੜਨਾ ਨਈ
ਭਾਵੇਂ ਬੈਠਾ ਰਹੀ ਦਰਗਾਹ ਯਾਰਾ,

ਤਾਂ ਕਰਕੇ ਤੈਨੂੰ ਕਹਿਨੇ ਆਂ
ਇਸ ਵਕਤ ਦਾ ਕੋਈ ਭਰੋਸਾ ਨਈ
ਲੈ ਦਿਲ ਵਿੱਚ ਸਾਨੂੰ ਵਸਾ ਯਾਰਾ।

ਉਹ ਸਮਾਂ ਬੜਾ ਹੀ ਸੋਹਣਾ ਸੀ,
ਹਾਲੇ ਤੂੰ ਜਦੋਂ ਸਾਡਾ ਹੋਣਾ ਸੀ,
ਨਾ ਹੋਰ ਸਾਨੂੰ ਕੰਮ ਕਾਰ ਕੋਈ
ਬੱਸ goal ਤੈਨੂੰ ਹੀ ਪਾਉਣਾ ਸੀ,

ਅੱਖਾਂ ਨਾਲ ਗੱਲਾਂ ਕਰਦੇ ਸੀ,
ਤੇ ਮੂੰਹ ਤੋਂ ਚੁੱਪ ਨਾ ਜਾਂਦੀ ਸੀ,
ਤੇਰੇ ਮਗਰ ਮਗਰ ਹੀ ਫਿਰਦੇ ਸੀ,
ਤੂੰ ਜਿਹੜੇ ਵੀ ਰਾਹ ਜਾਂਦੀ ਸੀ,

ਜੇ ਮੁੜਕੇ ਸਾਨੂੰ ਵੇਖ ਲੈਂਦੀ
ਚਾਅ ਸਾਰਾ ਦਿਨ ਹੀ ਰਹਿੰਦਾ ਸੀ,
ਤੈਨੂੰ ਫੇਰ ਦੁਬਾਰਾ ਕਦ ਦੇਖੂ
ਏਹੀ ਗੱਲ ਖਾਈ ਜਾਂਦੀ ਸੀ,

ਜਦੋਂ ਨਵਾਂ ਨਵਾਂ ਮੈਨੂੰ ਪਿਆਰ ਹੋਇਆ
ਬੜੇ ਸੋਹਣੇ ਤੀਰਾਂ ਨਾਲ ਵਾਰ ਹੋਇਆ
ਤੈਨੂੰ ਆਪਣਾ ਕਦੋਂ ਬਣਾਉਣਾ ਏ
ਮੇਰੇ ਦਿਲ ਚ ਚੀਸ ਪਈ ਜਾਂਦੀ ਸੀ...

Continue...

ਤੈਨੂੰ ਕਿਸੇ ਵੀ ਹਾਲ ਚ ਪਾਉਣਾ ਸੀ
ਤੇ ਪਾਉਣਾ ਵੀ ਸੀ ਛੇਤੀ,
ਨਾ ਰੱਬ ਮਨਾਉਣ ਲਈ ਟਾਈਮ ਸੀਗਾ
ਓਹਨੂੰ ਵੀ ਰਿਸ਼ਵਤ ਦੇਤੀ,

ਮੇਰਾ ਦਿਲ ਤਾਂ ਧਰਤ ਦੇ ਥੱਲੇ ਸੀ,
ਜਦੋਂ ਮੈਂ ਤੇ ਦਿਲ ਦੋਵੇਂ ਕੱਲੇ ਸੀ,
ਫਿਰ ਅੱਖਾਂ ਵਿੱਚੋਂ ਉਤਰ ਕੇ ਜਦੋਂ
ਆ ਗਈ ਗੱਲ ਜ਼ੁਬਾਨਾਂ ਤੇ,

ਤੇਰੀ ਹਾਂ ਸੁਣ ਕੇ ਉਹ ਹੌਲਾ ਹੋ ਨੀ
ਉੱਡਿਆ ਵਿੱਚ ਅਸਮਾਨਾਂ ਤੇ।

ਜਿੰਨਾ ਮੋਹਿਆ ਦਿਲ ਨੂੰ ਤੂੰ
ਹੋਰ ਕੋਈ ਨੀ ਮੋਹ ਸਕਦਾ,
ਉਂਝ ਤਾਂ ਰੱਬ ਕਿਸੇ ਦੇਖਿਆ ਨਈ
ਪਰ ਤੈਨੂੰ ਦੇਖ ਕੇ ਲੱਗਦਾ ਏ
ਹੋਰ ਕੋਈ ਨੀ ਹੋ ਸਕਦਾ,
ਮੈਂ ਤਾਂ ਏਨਾ ਸੋਹਣਾ ਵੀ ਨਈ
ਫਿਰ ਵੀ ਰੋਵੇਂ ਦੀਦ ਮੇਰੀ ਲਈ
ਇਹ ਗੱਲ ਤਾਂ ਬੱਸ ਪੱਕੀ ਏ
ਨੀ ਤੇਰੇ ਵਾਂਗੂ ਮੇਰੇ ਲਈ
ਹੋਰ ਕੋਈ ਨੀ ਰੋ ਸਕਦਾ,
ਜ਼ਿੰਦਗੀ ਉਂਝ ਤਾਂ ਸੁੰਨੀ ਮੇਰੀ
ਹਾਸੇ ਤੇਰੇ ਖਾਸ ਬੜੇ
ਤੈਨੂੰ ਹੱਸਦਾ ਵੇਖਣ ਲਈ
ਮੈਂ ਕੁੱਝ ਵੀ ਖੋ ਸਕਦਾ,
ਆਵਦੇ ਸੁਪਨੇ ਰੋਲ ਕੇ ਨੀ
ਬੱਸ ਮੇਰੀਆਂ ਖੁਸ਼ੀਆਂ ਮੰਗੇ ਤੂੰ
ਤੇਰੇ ਸੋਹਣੇ ਦਿਲ ਵਰਗਾ ਨਹੀਂ ਦਿਲ
ਸਾਫ਼ ਕਿਸੇ ਦਾ ਹੋ ਸਕਦਾ,
ਉਂਝ ਤਾਂ ਰੱਬ ਕਿਸੇ ਦੇਖਿਆ ਨਈ
ਪਰ ਤੈਨੂੰ ਦੇਖ ਕੇ ਲੱਗਦਾ ਏ
ਹੋਰ ਕੋਈ ਨੀ ਹੋ ਸਕਦਾ।

ਜੇ ਹੁੰਦਾ ਮੈਂ ਰੱਬ ਮਨਾਉਣਾ
ਕਰਕੇ ਪਾਠ ਮਨਾ ਲੈਂਦਾ,

ਮੈਨੂੰ ਤੂੰ ਹੀ ਸੋਹਣਾ ਲੱਗਦਾ ਏ
ਫਿਰ ਹੋਰ ਨੂੰ ਕਿੱਦਾਂ ਚਾਹ ਲੈਂਦਾ,

ਤੈਨੂੰ ਕਿਹੜੀਆਂ ਲੀਕਾਂ ਜਚਦੀਆਂ ਨੇ
ਜੋ ਹੱਥ ਮੇਰੇ ਤੇ ਬਣੀਆਂ ਨਈ
ਤੂੰ ਜਿਹਨਾਂ ਨਾਲ ਮੈਨੂੰ ਮਿਲ ਜਾਵੇ
ਮੈਂ ਰੱਬ ਨੂੰ ਆਖ ਪਵਾ ਲੈਂਦਾ ।

ਜਦੋਂ ਰੁੱਸ ਕੇ ਬਹਿਜੋਂ ਦਿਲ ਦੁੱਖਦਾ
ਰੁੱਸਿਆ ਨਾ ਕਰ ਲੜ੍ਹ ਲਿਆ ਕਰ,

ਤੈਨੂੰ ਪਿਆਰ ਮੈਂ ਕਿੰਨਾ ਕਰਦਾ ਹਾਂ
ਪਰ ਜੇ ਤੈਨੂੰ ਨਈ ਦਿਖਦਾ
ਮੇਰੀਆਂ ਅੱਖਾਂ ਨੂੰ ਤੂੰ ਸਾਹਮਣੇ ਬਹਿਕੇ
ਐਨਕ ਲਾ ਕੇ ਪੜ ਲਿਆ ਕਰ,

ਜਦੋਂ ਰੁੱਸ ਕੇ ਬਹਿਜੋਂ ਦਿਲ ਦੁੱਖਦਾ
ਰੁੱਸਿਆ ਨਾ ਕਰ ਲੜ੍ਹ ਲਿਆ ਕਰ |

ਜਿੰਨੀ ਸੋਹਣੀ ਤੂੰ ਏ
ਮੈਨੂੰ ਫੁੱਲ ਵੀ ਫਿੱਕੇ ਲੱਗਦੇ ਨੇ,

ਹੁਸਨ ਤੇਰੇ ਦੇ ਨਾਲੋਂ
ਸੋਨੇ ਦੇ ਮੁੱਲ ਵੀ ਨਿੱਕੇ ਲੱਗਦੇ ਨੇ,

ਸਾਰਾ ਦਿਨ ਤੂੰ ਹੱਸਦੀ ਫਿਰਦੀ
ਪਰ ਜੇ ਕਿਧਰੇ ਰੁੱਸ ਜਾਵੇਂ
ਫਿਰ ਨਖ਼ਰੇ ਤੇਰੇ ਅੱਗੇ
ਮੈਨੂੰ ਪੁੱਲ ਵੀ ਨਿੱਕੇ ਲੱਗਦੇ ਨੇ,

ਜਿੰਨੀ ਸੋਹਣੀ ਤੂੰ ਏ
ਮੈਨੂੰ ਫੁੱਲ ਵੀ ਫਿੱਕੇ ਲੱਗਦੇ ਨੇ।

ਜਿੰਨੀ ਵਾਰ ਤੂੰ ਬੈਠੇ ਸਾਹਵੇਂ
ਹਰ ਵਾਰ ਨਜ਼ਰ ਇਹ ਆ ਜਾਂਦਾ,

ਤੇਰੀ ਝੀਲ ਵਰਗੀਆਂ ਅੱਖਾਂ ਦੇ ਵਿੱਚ
ਜਿੰਨਾ ਵੀ ਏ ਪਿਆਰ ਮੇਰੇ ਲਈ
ਮੈਨੂੰ ਸਾਫ ਨਜ਼ਰ ਇਹ ਆ ਜਾਂਦਾ,

ਹੋਜਾਂ ਜੇ ਮੈਂ ਦੂਰ ਪਲਾਂ ਲਈ
ਕੀਤਾ ਜੋ ਤੂੰ ਮੈਨੂੰ ਮਿਲਣ ਲਈ
ਇੰਤਜ਼ਾਰ ਨਜ਼ਰ ਇਹ ਆ ਜਾਂਦਾ,

ਸ਼ੁਕਰ ਰੱਬ ਦਾ ਤੂੰ ਮਿਲਿਆ
ਜੋ ਚੰਗੇ ਕੀਤੇ ਕੰਮ ਮੈਂ ਕੋਈ
ਮੇਰਾ ਸੁਫ਼ਨਾ ਸਦਾ ਈ ਖ਼ੁਸ਼ ਰਹਿਣ ਦਾ
ਸਾਕਾਰ ਨਜ਼ਰ ਇਹ ਆ ਜਾਂਦਾ,

ਕਿੰਨਾ ਤੂੰ ਮੈਨੂੰ ਪਿਆਰ ਕਰੇਂ
ਹਰ ਵਾਰ ਨਜ਼ਰ ਇਹ ਆ ਜਾਂਦਾ।

ਕੱਲਾ ਜਿਆ ਮੈਂ ਪਾਸੇ ਬਹਿ ਕੇ
ਸ਼ਾਮ ਨੂੰ ਦੇਖੀ ਜਾਂਦਾ ਸੀ,

ਠੰਢ ਵੀ ਲੱਗੇ ਥੋੜੀ ਜਿਹੀ
ਪਰ ਮੈਨੂੰ ਏਦਾਂ ਜਾਪੇ ਜਿਓ
ਮੈਂ ਡੁੱਬਦੇ ਜਾਂਦੇ ਸੂਰਜ ਦਾ
ਬੱਸ ਨਿੱਘ ਜਾ ਸੇਕੀ ਜਾਂਦਾ ਸੀ,

ਕੋਲੇ ਆਕੇ ਜਦੋਂ ਸੋਹਣਿਆ
ਹਾਲ ਤੂੰ ਮੇਰਾ ਪੁੱਛ ਲਿਆ
ਫੇਰ ਮੈਨੂੰ ਇਹਸਾਸ ਹੋਇਆ ਕੇ
ਮੀਹ ਦੇ ਵਿੱਚ ਬਸ ਬੈਠ ਕੇ
ਦੂਰੋਂ ਤੈਨੂੰ ਦੇਖੀ ਜਾਂਦਾ ਸੀ।

ਕਿਉਂ ਪੁੱਛਦੀ ਮੈਨੂੰ ਵਾਰੀ ਵਾਰੀ
ਤੈਨੂੰ ਕਿੰਨਾ ਪਿਆਰ ਕਰਾਂ,

ਜੀ ਕਰਦਾ ਤੇਰੇ ਨਾਲ ਲੜ ਪਾਂ
ਦਿਲ ਕਹਿੰਦਾ ਕੁਛ ਨਵਾਂ ਕਰਨ ਲਈ
ਰੋਜ਼ ਤੇਰੇ ਨਾਲ ਲੜ ਲੜ ਕੇ
ਫਿਰ ਨਵਾਂ ਨਵਾਂ ਤੈਨੂੰ ਪਿਆਰ ਕਰਾਂ,

ਸ਼ੁਰੂਆਤਾਂ ਲੋਕੀ ਸਾਰੇ ਕਰਦੇ
ਕਰਦੇ ਵੱਖ ਵੱਖ ਲੋਕਾਂ ਨਾਲ
ਮੈਂ ਵੀ ਕਰਾਂ ਜੇ ਪਿਆਰ ਸ਼ੁਰੂ ਤੋਂ
ਤੇਰੇ ਨਾਲ ਹਰ ਵਾਰ ਕਰਾਂ।

ਰੱਬ ਮੰਨੀਏ ਜੇ ਫਿਰ ਦੁਰਕਾਰੀ ਦਾ ਨੀ ਹੁੰਦਾ,

ਦੁਨੀਆ ਬਥੇਰੀ ਸੋਹਣੀ ਤੋਂ ਵੀ ਸੋਹਣੀ ਪਈ ਏ
ਹਰ ਕਿਸੇ ਉੱਤੋਂ ਦਿਲ ਹਾਰੀ ਦਾ ਨੀ ਹੁੰਦਾ,

ਗੱਲਾਂ ਵਿੱਚ ਨਈਓ ਕੱਲਾ ਪਿਆਰ ਹੁੰਦਾ ਸੋਹਣਿਆ ਓਏ
ਮੰਗੇ ਯਾਰ ਜਦੋਂ ਜਾਨ, ਉਹਨੂੰ ਵਾਰੀ ਦਾ ਵੀ ਹੁੰਦਾ।

ਤੇਰਾ ਕੀ ਗਿਆ ਸੋਹਣਿਆ ਓਹੀ ਗੱਲ ਕਰ ਗਿਆ ਨਾ,
ਜਿਹਦਾ ਮੈਨੂੰ ਡਰ ਸੀ ਬਿਨਾ ਸੰਗੇ ਮੈਨੂੰ ਬੇਗਾਨਾ ਕਰ ਗਿਆ ਨਾ,
ਮੈਨੂੰ ਪਤਾ ਮੇਰਾ ਦਿਲ ਸੋਹਣਾ, ਪਰ ਕੀ ਕਰਾਂ ਇਸ ਸੋਹਣੇ ਦਿਲ ਦਾ
ਤੇਰਾ ਇਹਦੇ ਤੋਂ ਵੀ ਮਨ ਭਰ ਗਿਆ ਨਾ,

ਮੈਂ ਓਥੇ ਈ ਬੈਠਾਂ ਟੁੱਟੇ ਦਿਲ ਨੂੰ ਇਕੱਠਾ ਕਰਨ ਲਈ
ਤੂੰ ਗਲ ਲਾਕੇ ਦਿਲ ਤੋੜਿਆ ਤੇ ਬਾਲੇ ਟੁਕੜੇ ਕਰ ਗਿਆ ਨਾ,
ਲੋਕੀ ਕਹਿੰਦੇ ਰੱਬ ਜੋ ਵੀ ਕਰਦਾ ਚੰਗੇ ਲਈ ਕਰਦਾ
ਤੇਰੇ ਸੁਣਕੇ ਬੋਲ ਪਤਾ ਮੈਨੂੰ ਲੱਗਿਆ
ਸਭ ਲੋਕ ਝੂਠੇ, ਉਹਨਾਂ ਦਾ ਰੱਬ ਝੂਠਾ,
ਤਾਹੀਂ ਮੇਰੇ ਨਾਲ ਮਾੜੀ ਕਰ ਗਿਆ ਨਾ,

ਮੈਂ ਸ਼ਕਲ ਨਾ ਆਪਣੀ ਦੇਖ ਸਕਾਂ
ਦੱਸ ਤੇਰੀ ਕਿੱਦਾਂ ਦੇਖ ਲੈਂਦਾ
ਤੂੰ ਕਰਕੇ ਪਿਆਰ ਹੁਣ ਕਹਿਨਾ ਕੇ
ਜਾ ਹੁਣ ਮੈਨੂੰ ਭੁੱਲ ਜਾਵੀਂ
ਕੁੱਝ ਤੈਨੂੰ ਕਹਿਕੇ ਰੋਕਦਾ ਕੀ
ਜਿਵੇਂ ਸਾਰੇ ਛੱਡ ਗਏ ਮੈਨੂੰ ਓਏ
ਕਿਤੇ ਆਪਣੇ ਆਪ ਨੂੰ ਨਾ ਛੱਡ ਜਾਵਾਂ
ਤਾਹੀਂ ਆਪਣੇ ਆਪ ਤੋਂ ਡਰ ਗਿਆ ਨਾ,

Continue...

ਜਿਵੇਂ ਛੱਡ ਗਏ ਜਿਹੜੇ ਪਹਿਲਾਂ ਸੀ
ਹੁਣ ਵਧੀਆ ਉਹਨਾਂ ਦਾ ਸਰਦਾ ਏ
ਕਿਓ ਐਵੇਂ ਤੂੰ ਮੈਨੂੰ ਕਹਿੰਦਾ ਸੀ
ਕੇ ਤੂੰ ਹੀ ਮੈਨੂੰ ਚਾਈਦਾ ਏ
ਮੈਨੂੰ ਆਖ ਬੇਗਾਨਾ ਸੋਹਣਿਆ ਓਏ
ਅੱਜ ਤੇਰਾ ਵੀ ਤਾਂ ਸਰ ਗਿਆ ਨਾ।

ਹੁਣ ਰੱਬ ਨੇ ਤੇਰੀ ਸੁਣ ਲਈ ਏ,
ਕਿਓ ਓਹਨੂੰ ਚੱਕਰੀ ਪਾਵੇਂ ਤੂੰ,

ਜਿਹੜੇ ਪਿਆਰ ਦੀ ਤੂੰ ਸਦਾ ਮੰਗ ਕਰੀ
ਤੈਨੂੰ ਰੱਬ ਨੇ ਓਹੀ ਭੇਜ ਦਿੱਤਾ
ਕਿਓ ਮੰਗ ਕੇ ਏਸ ਨੂੰ ਰੱਬ ਤੋਂ ਤੂੰ
ਹੁਣ ਏਸੇ ਨੂੰ ਨਾ ਚਾਹਵੇਂ ਤੂੰ,

ਮੇਰਾ ਪਿਆਰ ਹੀ ਕੱਲਾ ਕੋਲ ਰੱਖੇ
ਨਾ ਚੰਗਾ ਤੈਨੂੰ ਲੱਗਦਾ ਮੈਂ
ਮੈਨੂੰ ਉਸ ਰੱਬ ਨੇ ਹੀ ਭੇਜਿਆ ਏ
ਕਿਓਂ ਮੈਥੋਂ ਦੂਰ ਹੀ ਜਾਵੇ ਤੂੰ,

ਨਈ ਮੰਗਣੀ ਐਸੀ ਚੀਜ਼ ਸੀ ਤੂੰ
ਜਿਹਦੀ ਤੈਨੂੰ ਭੋਰਾ ਕਦਰ ਨਈ
ਤੈਥੋਂ ਰੱਬ ਨੇ ਵੀ ਹੁਣ ਰੁੱਸ ਜਾਣਾ
ਜੇ ਮੈਨੂੰ ਨਾ ਅਪਣਾਵੇ ਤੂੰ।

ਬਹੁਤਾ ਕੁੱਛ ਤਾਂ ਹੈਨੀ ਬਸ ਕੱਲਾ ਪਿਆਰ ਹੀ ਪੱਲੇ ਸੋਹਣਿਆ ਵੇ
ਜੋ ਸਾਰੀ ਉਮਰ ਤੈਨੂੰ ਕਰ ਸਕਦਾ ਹਾਂ,
ਹੋਰ ਤਾਂ ਕੁੱਝ ਭਾਵੇਂ ਨਾ ਹੋਵੇ ਪਰ ਤੈਨੂੰ ਹੱਸਦਾ ਦੇਖਣ ਲਈ
ਮੈਂ ਮਰ ਤਾਂ ਸਕਦਾ ਹਾਂ |

ਨਿੱਤ ਵਾਂਗੂ ਸੀ ਸੂਰਜ ਚੜ੍ਹਿਆ
ਆਥਣ ਵੇਲੇ ਡੁੱਬ ਗਿਆ,
ਚੰਨ ਵੀ ਆਇਆ, ਮੁੜ ਗਿਆ ਆ ਕੇ
ਫਿਰ ਦੁਬਾਰਾ ਸੂਰਜ ਆਇਆ
ਬੈਠੇ ਸੀ ਅਸੀਂ ਤੇਰੀ ਉਡੀਕ ਵਿੱਚ
ਤੂੰ ਕਿਉਂ ਨੀ ਆਇਆ ਯਾਰਾ
ਐਸਾ ਕਿੱਥੇ ਖੁੱਬ ਗਿਆ।

ਕਿਤੇ ਵਿਹਲਾ ਹੋਕੇ ਸੋਹਣਿਆ ਓਏ
ਸਾਡਾ ਵਹਿਮ ਦੂਰ ਤੂੰ ਕਰਜਾ ਵੇ,

ਸਾਡੇ ਦਿਲ ਦਾ ਦਿਲ ਵੀ ਡਰਦਾ ਏ
ਕਿਤੇ ਟਾਈਮ ਟੱਪੇ ਤੋਂ
ਯਾਰਾ ਤੇਰੇ ਦਿਲ ਦਾ ਨਾ ਦਿਲ ਭਰ ਜਾਵੇ,

ਬਸ ਰੋਕਦੇ ਤੈਨੂੰ ਹਰ ਗੱਲ ਤੇ
ਨਾ ਕਦੇ ਤੇਰੇ ਨਾਲ ਲੜੁਦੇ ਆਂ
ਤੇਰੇ ਉੱਤੇ ਆਈ ਮੁਸੀਬਤ ਦਾ
ਕੋਈ ਦੂਜਾ ਨਾ ਹੱਲ ਕਰ ਜਾਵੇ,

ਅਸੀਂ ਹੋਰਾਂ ਬਾਰੇ ਸੋਚਣਾ ਕੀ
ਨਾ ਕਦੇ ਕਿਸੇ ਵੱਲ ਅੱਖ ਚੱਕੀ
ਹੁਣ ਤੂੰ ਵੀ ਇੰਨਾ ਖਿਆਲ ਰੱਖੀ
ਕੇ ਤੇਰਾ ਸਾਡੇ ਬਿਨ ਨਾ ਸਰ ਜਾਵੇ |

ਜੇ ਐਨਾ ਹੀ ਮੈਂ ਮਾੜਾ ਹਾਂ
ਫਿਰ ਕਾਤੋਂ ਮੈਨੂੰ ਰੱਖਿਆ ਤੂੰ,

ਮੈਨੂੰ ਦੇਖਣ ਤੇ ਤੇਰੀ ਅੱਖ ਦੁੱਖਦੀ
ਫਿਰ ਕਾਤੋਂ ਮੈਨੂੰ ਤੱਕਿਆ ਤੂੰ,

ਨਾ ਚੈਨ ਆਵੇ ਜੇ ਯਾਰ ਰੁੱਸੇ
ਪਰ ਤੈਨੂੰ ਕੋਈ ਫ਼ਿਕਰ ਨਹੀਂ
ਲੱਗੇ ਪਿਆਰਾਂ ਤੇ ਜਿਵੇਂ ਥੱਕਿਆਂ ਤੂੰ,

ਬਸ ਤੂੰ ਹਰ ਪਲ ਸੁੱਝਦਾ ਏ
ਦੁਨੀਆ ਦਾ ਨਾ ਮੈਨੂੰ ਖਿਆਲ ਕੋਈ
ਤੂੰ ਵੀ ਤਾਂ ਚੇਤੇ ਕਰਿਆ ਕਰ
ਐਵੇ ਕਾਤੋਂ ਮੈਥੋਂ ਅੱਕਿਆ ਤੂੰ।

ਕਿਉਂ ਸ਼ੱਕ ਕਰਦੀ ਮੇਰੇ ਤੇ
ਮੈਂ ਕਿਸੇ ਨੂੰ ਗੱਲ ਕੋਈ ਦੱਸੀ ਨਾ,

ਮੈਂ ਦੇਖ ਮੁਸਕਰਾਇਆ ਤੈਨੂੰ ਸੀ
ਤੂੰ ਥੋੜ੍ਹਾ ਜਾ ਵੀ ਹੱਸੀ ਨਾ,

ਮੈਂ ਹਰ ਗੱਲ ਦਿਲ ਦੀ ਦੱਸੀ ਹੋਈ
ਤੂੰ ਇੱਕ ਵੀ ਮੈਨੂੰ ਦੱਸੀ ਨਾ,

ਮੇਰਾ ਪਿਆਰ ਏ ਮਿੱਠੇ ਸ਼ਰਬਤ ਵਾਂਗੂ
ਮੈਥੋ ਕਾਤੋਂ ਮੁੱਖ ਜਾ ਮੋੜੇ ਤੂੰ
ਇਹ ਕੋਈ ਖੱਟੀ ਲੱਸੀ ਨਾ।

ਅਸੀਂ ਪਰਖਣ ਲੱਗੇ ਪਿਆਰ ਉਹਨਾਂ ਦਾ
ਉਹ ਮਖੌਲ ਬਣਾ ਕੇ ਚਲੇ ਗਏ,

ਬੈਠੇ ਰਹੀਏ ਕੱਲੇ ਹੀ ਤੇ ਸੋਚੀਏ ਉਹਨਾਂ ਬਾਰੇ
ਨਾ ਚੰਗਾ ਲੱਗੇ ਹੋਰ ਕੋਈ
ਐਸਾ ਮਹੌਲ ਬਣਾ ਕੇ ਚਲੇ ਗਏ।

ਉਹਨੂੰ ਮੇਰੀ ਚੀਖ ਨਾ ਸੁਣਦੀ,
ਮੈਂ ਪਰ ਓਹਦੀ ਚੁੱਪ ਵੀ ਸਮਝਾਂ,
ਓਹਨੂੰ ਵਾਜਾਂ ਮਾਰਦੇ ਮੇਰੇ ਬੁੱਲ ਨਾ ਸੁਣਦੇ,
ਮੈਂ ਪਰ ਓਹਦੀ ਅੱਖ ਵੀ ਸਮਝਾਂ।

ਮੇਰੇ ਪਿਆਰ ਦਾ ਪੰਛੀ ਉੱਡਦਾ ਫਿਰੇ
ਤੇਰੇ ਦਿਲ ਦੇ ਬਾਗਾਂ ਉੱਤੇ,
ਇਹਨੂੰ ਬੈਠ ਲੈਣਦੇ ਕਿਧਰੇ
ਐਵੇਂ ਉੱਡ ਉੱਡ ਥੱਕ ਜੇ ਨਾ।

ਤੂੰ ਇਸ਼ਕ ਦੇ ਪਿੱਛੇ ਕਿਉਂ ਭੱਜਦਾ
ਇਸ਼ਕ ਨੀ ਤੇਰੇ ਨਸੀਬਾਂ ਵਿੱਚ,

ਓਹਨੂੰ ਤਾਂ ਤੂੰ ਯਾਦ ਵੀ ਨਈ
ਸਾਰਾ ਦਿਨ ਹੀ ਕੱਟਦੇ ਕਿਉਂ ਤੂੰ
ਬਹਿਕੇ ਜਿਹਦੀ ਉਡੀਕਾਂ ਵਿੱਚ।

ਨਾ ਤੂੰ ਰੱਬ ਏਂ, ਨਾ ਕੋਈ ਰਾਣੀ,
ਫਿਰ ਮੇਰੇ ਲਈ ਕਿਉਂ ਖਾਸ ਕੋਈ,

ਜੀਹਦੇ ਸਿਰ ਤੇ ਸਾਰੀ ਜ਼ਿੰਦਗੀ
ਕੱਟਦਾ ਬਹਿਕੇ ਕੱਲਿਆਂ ਹੀ
ਤੂੰ ਮੈਨੂੰ ਬੱਸ ਲੱਗਦੀ ਏ
ਇੱਕ ਸੋਹਣੀ ਜਿਹੀ ਆਸ ਕੋਈ,

ਥੱਕਦਾ ਨੀ ਮੈਂ ਰੱਬ ਦੇ ਅੱਗੇ
ਹਰ ਪਲ ਕਰਦਾ ਰਹਿੰਦਾ ਹਾਂ,
ਸਾਰੇ ਪਿੰਡ ਵਿੱਚ ਲੱਡੂ ਵੰਡਦਾ
ਜੇ ਤੂੰ ਕਿਧਰੇ ਪੂਰੀ ਹੋਜੇ
ਐਸੀ ਏ ਅਰਦਾਸ ਕੋਈ।

ਕੱਲ੍ਹ ਜਦੋਂ ਮੈਂ ਮਿਲਿਆ ਤੈਨੂੰ
ਬਾਵਾਂ ਵਿੱਚ ਲਈ ਬੈਠਾ ਸੀ,
ਓਸ ਤੋਂ ਬਾਅਦ ਕਿਓਂ ਜਵਾ ਵੀ ਮੇਰਾ
ਚਿੱਤ ਜਿਆ ਨਾ ਲੱਗਦਾ ਏ,

ਯਾਦ ਆਵੇ ਤੇਰਾ ਸੋਹਣਾ ਮੁੱਖੜਾ
ਲੱਗਦਾ ਏ ਕਿਸੇ ਦੀਵੇ ਵਾਂਗੂ,
ਕਾਲੀ ਨ੍ਹੇਰੀ ਰਾਤ ਦੇ ਵਿੱਚ
ਬੱਸ ਕੱਲਾ ਹੀ ਜੋ ਜੱਗਦਾ ਏ ।

ਜਿਵੇਂ ਉੱਠਦੀ ਬਹਿੰਦੀ ਕਰਦੀ ਰਵੇ
ਸਾਰੀ ਦੁਨੀਆ ਯਾਦ ਉਸ ਰੱਬ ਨੂੰ ਨੀ
ਤੈਨੂੰ ਉਸ ਤੋਂ ਵੱਧ ਮੈਂ ਯਾਦ ਕਰਾਂ,

ਲੋਕ ਪਿਆਰ ਤਾਂ ਸੱਚਾ ਕਰਦੇ ਨੇ
ਪਰ ਕਰਦੇ ਫਿਰਦੇ ਜਿਸਮਾਂ ਨੂੰ
ਉਹ ਰੋਜ਼ ਨਵੇਂ ਤੇ ਮਰ ਜਾਂਦੇ
ਮੈਂ ਤੇਰੇ ਉੱਤੇ ਰੋਜ਼ ਮਰਾਂ।

ਤੇਰਾ ਗੱਲ ਕਰਨ ਨੂੰ ਜੀ ਨਾ ਕਰੇ
ਸਾਨੂੰ ਏਹੀ ਵਹਿਮ ਜਿਆ ਰਹਿੰਦਾ ਏ,
ਜਦੋਂ ਪਿਆਰ ਹੁੰਦਾ ਫਿਰ ਸੋਹਣਿਆ ਵੇ
ਰਹਿੰਦੀ ਸਮੇਂ ਦੀ ਵੀ ਨਾ ਕਦਰ ਕੋਈ
ਓਹਨੂੰ ਦੇਖਦਿਆ ਸਾਰਾ ਲੰਘ ਜਾਵੇ
ਬਸ ਯਾਰ ਜਰੂਰੀ ਰਹਿੰਦਾ ਏ।

ਸਭ ਦੇ ਸਾਹਮਣੇ ਮੇਰਾ ਵੀ
ਤੇਰਾ ਹੱਥ ਫੜਨੇ ਨੂੰ ਜੀ ਕਰਦਾ
ਤੈਨੂੰ ਕਿਓ ਲੁਕੋ ਕੇ ਰੱਖਾਂ ਮੈਂ,

ਬੱਸ ਯਾਰ ਤਾਂ ਇੱਕ ਹੀ ਬਹੁਤ ਹੁੰਦਾ,
ਤੂੰ ਹੋਰਾਂ ਬਾਰੇ ਸੋਚੇ ਕਿਉਂ
ਬੱਸ ਤੂੰ ਹੀ ਹੁਣ ਤੱਕ ਬਚਿਆ ਏ
ਨਾ ਐਸੀ ਯਾਰੀ ਰੱਖਾਂ ਮੈਂ,

ਤੂੰ ਗੱਲਾਂ ਕਰਦਾ ਦੋ ਚਿੱਤੀਆਂ
ਤੈਨੂੰ ਪਿਆਰ ਹੀ ਚੁਣਨਾ ਆਵੇ ਨਾ
ਤੇਰੀ ਅੱਖਾਂ ਵਿੱਚੋ ਤੱਕਾਂ ਮੈਂ,

ਤੈਨੂੰ ਪਿਆਰ ਹੀ ਏਨਾ ਕਰਦੇ ਹਾਂ
ਕੁਝ ਕਹਿੰਦੇ ਨਹੀਂ ਭਾਵੇ ਦਿਲ ਵੀ ਤੋੜ
ਪਰ ਤੈਨੂੰ ਤੈਥੋਂ ਹੀ ਨਫ਼ਰਤ ਹੋ ਜਾਣੀ
ਜੇ ਤੈਨੂੰ ਤੇਰੇ ਵਾਂਗੂ ਰੱਖਾਂ ਮੈਂ।

ਤੂੰ ਕਹਿਨੀ ਮੈਂ ਪਿਆਰ ਨੀ ਕਰਦਾ,
ਦੇ ਕੇ ਫੁੱਲ ਜੇ ਲਾਲ ਰੰਗ ਦੇ
ਤੈਨੂੰ ਮੈਂ ਇਜ਼ਹਾਰ ਨੀ ਕਰਦਾ,

ਫੁੱਲਾਂ ਵਾਲੇ ਛੱਡ ਜਾਂਦੇ
ਦਿੱਤੇ ਫੁੱਲ ਸੁੱਕਣ ਤੋਂ ਪਹਿਲਾਂ ਹੀ
ਤਾਹੀ ਫੁੱਲ ਨਈ ਦਿੰਦਾ ਤੈਨੂੰ
ਫੁੱਲਾਂ ਵਾਲਾ ਪਿਆਰ ਨੀ ਕਰਦਾ,

ਮਹਿਲ ਸੋਹਣਾ ਮੇਰੇ ਦਿਲ ਦਾ ਬਣਿਆ
ਓਹਦੇ ਵਿੱਚ ਹੀ ਰੱਖਾਂ ਤੈਨੂੰ
ਤੂੰ ਭਾਵੇਂ ਮੈਨੂੰ ਮੰਦਾ ਬੋਲੀਂ
ਕਦੇ ਵੀ ਤੈਨੂੰ ਬਾਹਰ ਨੀ ਕਰਦਾ,

ਐਸ ਜਨਮ ਤਾਂ ਤੇਰਾ ਹੀ ਆਂ
ਜਿਹੜੇ ਪਲ ਤੱਕ ਮਰਦਾ ਨਈ
ਅਗਲੇ ਬਾਰੇ ਜਾਣਾ ਨਾ ਮੈਂ
ਐਸੇ ਲਈ ਇਕਰਾਰ ਨੀ ਕਰਦਾ |

ਕਿਓ ਸੋਹਣਿਆ ਏਨਾ ਮਤਲਬੀ ਵੇ
ਸਾਡੀ ਕਦਰ ਤਾਂ ਥੋਰਾ ਪਾ ਲੈਂਦਾ,

ਨਿੱਤ ਰੁੱਸ ਜਾਵੇ ਤੂੰ ਸੌ ਵਾਰੀ
ਭਾਵੇ ਗੁੱਸੇ ਵਿੱਚ, ਭਾਵੇ ਪਿਆਰ ਲਈ
ਕਰਾਂ ਮਿਣਤਾਂ ਤੈਨੂੰ ਮਨਾਵਾਂ ਮੈਂ
ਜਿੰਨਾ ਚਿਰ ਫਿਰ ਤੂੰ ਮੰਨਦਾ ਨਈ
ਨਾ ਚੈਨ ਨਾਲ ਮੈਂ ਸਾਹ ਲੈਂਦਾ,

ਮੈਂ ਪਿਆਰ ਦੇਖਣ ਲਈ ਰੁੱਸ ਗਿਆ
ਪਰ ਮਾਫ਼ ਕਰੀ ਸੀ ਭੁੱਲ ਗਿਆ
ਮੇਰੀ ਏਨੀ ਵੀ ਔਕਾਤ ਨਈ
ਕੋਈ ਮੈਨੂੰ ਆਣ ਮਨਾ ਜਾਵੇ
ਜੇ ਦੋ ਪਲ ਰੁੱਸ ਕੇ ਜਾ ਲੈਂਦਾ,

ਅੱਜ ਪਹਿਲੀ ਵਾਰੀ ਰੁੱਸਿਆ ਮੈਂ
ਜੋ ਸਰਿਆ ਤੈਥੋਂ ਕਹਿਤਾ ਤੂੰ
ਪਰ ਦਿਲ ਤੇ ਹੱਥ ਰੱਖ ਸੋਚੀ ਓਏ
ਜੇ ਤੇਰੀ ਥਾਂ ਤੇ ਮੈਂ ਹੁੰਦਾ
ਕੀ ਤੈਨੂੰ ਵੀ ਮੈਂ ਆਹ ਕਹਿੰਦਾ |

ਤੇਰਾ ਰਾਹ ਹੀ ਦੇਖਦਾ ਰਹਿਨਾ ਮੈਂ
ਨਾ ਤੈਨੂੰ ਮੇਰੀ ਉਡੀਕ ਕੋਈ,

ਆਉਣ ਵਾਲੇ ਮੇਰੇ ਸਾਲਾਂ ਬਾਰੇ
ਸੋਚਾਂ ਜਦ ਵੀ ਬਹਿ ਕੇ ਮੈਂ
ਜਿਸ ਦਿਨ ਤੈਨੂੰ ਭੁੱਲ ਜਾਉਂਗਾ
ਐਸੀ ਮਿਲੀ ਨਾ ਮੈਨੂੰ ਤਰੀਕ ਕੋਈ,

ਹਰ ਕੁੱਝ ਫਿਰ ਚੰਗਾ ਲੱਗਦਾ ਏ
ਜਦ ਸਾਹਮਣੇ ਮੇਰੇ ਹੁੰਦਾ ਤੂੰ
ਤੇਰੇ ਬਿਨ ਮੇਰਾ ਸਰਨਾ ਨਈ
ਤਾਹੀ ਤਾਂ ਡਰਦਾ ਰਹਿਨਾ ਹਾਂ
ਤੇਰੇ ਆਜੇ ਨਾ ਨਜ਼ਦੀਕ ਕੋਈ।

ਸਾਡੇ ਕੋਲੇ ਆ ਵੇ ਸੋਹਣਿਆ
ਤੈਨੂੰ ਆਪਣੇ ਦਿਲ ਦਾ ਹਾਲ ਸੁਣਾਈਏ,
ਆ ਤਾਂ ਸਹੀ ਤੈਨੂੰ ਗੱਲ ਨਾ ਲਾਈਏ,
ਆ ਤਾਂ ਸਹੀ ਤੈਨੂੰ ਆਪਣਾ ਬਣਾਈਏ,
ਆ ਤਾਂ ਸਹੀ ਤੈਨੂੰ ਮਾਂ ਨਾ ਮਿਲਾਈਏ,
ਆ ਤਾਂ ਸਹੀ ਤੇਰੇ ਸ਼ੌਕ ਪੁਗਾਈਏ,
ਆ ਤਾਂ ਸਹੀ ਕਿਤੇ ਦੂਰ ਲਿਜਾਈਏ,
ਇੱਕ ਵਾਰੀ ਤੂੰ ਆਕੇ ਓਏ
ਅਜ਼ਮਾ ਤਾਂ ਸਹੀ
ਅਸੀਂ ਪਲਕਾਂ ਵਿਛਾਈਏ,
ਜੇ ਨਈ ਆਉਣਾ ਸੋਹਣਿਆ ਓਏ
ਤਾਂ ਸਾਡੇ ਦਿਲ ਨੂੰ ਪਹਿਲਾ ਦੱਸਦੀ
ਫੇਰ ਦਿਲ ਨੂੰ ਵੀ ਸਮਝਾਉਣਾ ਏ
ਨਾਲੇ ਐਵੇ ਨਾ ਕੋਈ ਖਵਾਬ ਸਜਾਈਏ |

ਸਾਡੇ ਨਾਲ ਜੇ ਲਾਇਆ ਦਿਲ ਤੂੰ
ਛੱਡੀ ਨਾ ਹੁਣ ਲਾਈ ਰੱਖੀ,

ਰੁੱਸ ਜਾਵੇ ਭਾਵੇ ਸਾਰੀ ਦੁਨੀਆ
ਬਸ ਤੂੰ ਮੇਰਾ ਹੋ ਜਾਵੀ
ਤੁਰ ਪਊਂਗਾ ਤੇਰੇ ਨਾਲ ਛੱਡ ਕੇ
ਸਾਰੇ ਰਿਸ਼ਤੇ ਨਾਤੇ ਵੀ
ਤੂੰ ਵੀ ਸੋਹਣਿਆ ਸੱਜਨਾ ਵੇ
ਬਸ ਹੱਥਾਂ ਵਿੱਚ ਹੱਥ ਪਾਈ ਰੱਖੀ,

ਦੇਖੀ ਜਾਣ ਸਾਰੇ ਲੋਕ ਵੀ ਸਾਨੂੰ
ਪਰ ਲੱਗੇ ਜਿਓ ਆਪਾਂ ਕੱਲੇ ਆਂ
ਤੂੰ ਸਾਹਮਣੇ ਹੋਵੇ ਮੇਰੇ ਓਏ
ਤੈਨੂੰ ਆਵਾਜਾਂ ਮਾਰ ਬੁਲਾਵੇ ਕੋਈ
ਤੂੰ ਫੇਰ ਵੀ ਮੇਰੇ ਸੋਹਣਿਆ ਵੇ
ਬਸ ਅੱਖਾਂ ਵਿੱਚ ਅੱਖ ਪਾਈ ਰੱਖੀ |

ਸਾਰੀ ਉਮਰ ਮੈਂ ਕਰਦਾ ਸੈਰ ਰਵਾਂ
ਤੇਰੇ ਇਸ਼ਕ ਵਾਲਾ ਜੇ ਰਾਹ ਹੋਵੇ,
ਉਥੇ ਘੁੰਮ ਘੁੰਮ ਕੰਵਲਾ ਹੋ ਜਾਵਾਂ
ਕਿਤੇ ਹੋਰ ਪਾਸੇ ਨਾ ਮੈਥੋਂ ਜਾ ਹੋਵੇ,

ਹੋਵੇ ਜ਼ਿੰਦਗੀ ਐਸੇ ਰਾਹ ਜਿੰਨੀ
ਬਹੁਤਾ ਵੀ ਜਿਓਂ ਕੇ ਕੀ ਕਰਨਾ
ਜਿੱਥੇ ਵੀ ਏਹੇ ਖ਼ਤਮ ਹੋਜੇ
ਉਹ ਆਖ਼ਰੀ ਮੇਰਾ ਸਾਹ ਹੋਵੇ |

ਯਾਰ ਯਾਰ ਦਾ ਫ਼ਰਕ ਸੋਹਣੀਏ
ਫ਼ਰਕ ਬੜਾ ਦਿਲਦਾਰਾਂ ਦੇ ਵਿੱਚ,

ਜਿਹੜਾ ਤੈਨੂੰ ਮੈਂ ਹਾਂ ਕਰਦਾ
ਤੇ ਜੋ ਲੋਕੀ ਕਰਦੇ ਫਿਰਦੇ ਨੇ
ਫ਼ਰਕ ਬੜਾ ਓਹਨਾਂ ਪਿਆਰਾਂ ਦੇ ਵਿੱਚ,

ਰੱਬ ਨੇ ਮੈਨੂੰ ਗੁਣ ਦਿੱਤਾ ਜੋ
ਜਿਹਦਾ ਕਰਲਾਂ ਜਾਨ ਵਾਰਦਾ
ਏਹੀ ਫ਼ਰਕ ਆ ਮੇਰੇ ਵਿੱਚ ਬੱਸ
ਨਾ ਮਿਲਣਾ ਤੈਨੂੰ ਹਜ਼ਾਰਾਂ ਦੇ ਵਿੱਚ,

ਨਾ ਸਾਡੀ ਸੱਟ ਤੇ ਟਾਂਕੇ ਲੱਗਦੇ
ਨਾ ਹੀ ਪੱਟੀਆਂ ਬੱਝਦੀਆਂ ਨੇ
ਜੋ ਤੂੰ ਸਾਡੇ ਦਿਲ ਤੇ ਮਾਰਦੀ
ਬੜਾ ਫ਼ਰਕ ਓਹਨਾ ਤਲਵਾਰਾਂ ਦੇ ਵਿੱਚ,

ਥੋੜ੍ਹਾ ਥੋੜ੍ਹਾ ਪੈ ਕੇ ਇੱਕ ਦਿਨ
ਇੰਨਾ ਨਾ ਕਿਤੇ ਜ਼ਿਆਦਾ ਹੋਜੇ
ਮੈਂ ਮਰਜਾ ਤੈਨੂੰ ਫ਼ਰਕ ਨਾ ਕੋਈ
ਨਾ ਫ਼ਰਕ ਪਾਈ ਐਸਾ ਪਿਆਰਾਂ ਦੇ ਵਿੱਚ |

ਤੈਨੂੰ ਪਿਆਰ ਮੈਂ ਕਰਦਾ ਹਾਂ
ਤੂੰ ਆਕੜ ਕਰਦਾ ਏ,
ਮੈਂ ਹੱਸਕੇ ਤੈਨੂੰ ਬੁਲਾਵਾਂ
ਪਰ ਤੂੰ ਹਰ ਪਲ ਲੜਦਾ ਏ,

ਸਾੜਾ ਪਿਆਰ ਤੈਨੂੰ ਕਿਓ ਝੂਠਾ ਲੱਗੇ
ਤੇ ਲੋਕਾਂ ਦੇ ਧੋਖੇ ਵੀ ਹੱਸ ਕੇ ਜਰਦਾ ਏ,
ਕਿਓ ਦਿਖਦਾ ਨੀ ਮੁਰਝਾਇਆ ਚਿਹਰਾ ਤੈਨੂੰ ਸਾੜਾ
ਤੇ ਹੋਰਾਂ ਦੇ ਦੁਖੀ ਦਿਲ ਵੀ ਪੜ੍ਹਦਾ ਏ,

ਦੱਸ ਕਦੋਂ ਸਾੜੇ ਕੋਲ ਆਵੇਂਗਾਂ ਰੋਜ਼ ਪੁੱਛੀਏ ਤੈਨੂੰ
ਨਾ ਰੱਖ ਕੇ ਕੱਲਾ ਸਾੜਾ ਪਿਆਰ ਤੁਰ ਜੀ ਹੋਰ ਕਿਤੇ
ਪਹਿਲਾ ਹੀ ਦੱਸਦੀ ਜੇ ਕਿਸੇ ਹੋਰ ਤੇ ਮਰਦਾ ਏ।

ਮੈਂ ਰੁੱਸ ਜਾਂ? ਮੈਨੂੰ ਮਨਾਵੇਂਗਾਂ ਨਾ?
ਕਿਤੇ ਕੱਲਾ ਜਾ ਕੇ ਬਹਿਜਾਂ, ਕੋਲੇ ਆਵੇਂਗਾ ਨਾ?
ਜੇ ਭਰੇ ਬਜ਼ਾਰ ਚ ਖੋਲਾਂ ਬਾਵਾਂ
ਗਲ ਨਾਲ ਲਾਵੇਂਗਾ ਨਾ?

ਜਿਹੜੀ ਅੱਖ ਵਿੱਚ ਪਿਆਰ ਤੇਰੇ ਲਈ
ਹੋਵੇ ਇੱਕ ਦਿਨ ਵੱਗਦਾ ਪਾਣੀ
ਓਹਨੂੰ ਪੁੱਝਣ ਆਵੇਂਗਾ ਨਾ?

ਹੋਵੇ ਤੈਨੂੰ ਰੱਬ ਵੀ ਮਿਲਦਾ
ਜੇ ਦੇ ਕੇ ਮੇਰੀਆਂ ਖ਼ੁਸ਼ੀਆਂ ਨੂੰ
ਮੈਨੂੰ ਹੱਸਦਾ ਰੱਖਣ ਲਈ
ਫਿਰ ਰੱਬ ਨੂੰ ਛੱਡ ਕੇ ਆਵੇਂਗਾ ਨਾ?

ਹੁੰਦੀ ਏ ਜਿਓਂ ਨਮਾਜ਼ ਜ਼ਰੂਰੀ
ਕਿਸੇ ਪਾਕ ਪਵਿੱਤਰ ਮੁਸਲਿਮ ਨੂੰ
ਜੇ ਥਾਂ ਦੇਖੇ ਮੇਰੇ ਦਿਲ ਵਿੱਚ ਤੇਰੀ
ਮੈਨੂੰ ਓਨਾ ਹੀ ਖਾਸ ਬਣਾਵੇਂਗਾ ਨਾ ?

Continue...

ਜੇ ਲੇਖ ਨਾ ਹੋਏ ਕੱਠੇ ਆਪਣੇ
ਤੂੰ ਆਜੇ ਕਿਸੇ ਹੋਰ ਦੇ ਹਿੱਸੇ
ਪਿਆਰ ਮੇਰੇ ਨੂੰ ਚੇਤੇ ਕਰਕੇ
ਦੱਸ ਫਿਰ ਤੂੰ ਪਛਤਾਵੇਂਗਾ ਨਾ?

ਸੁਣਿਆ ਲੋਕੀ ਸਿਫਤਾਂ ਕਰਦੇ
ਜਿੱਦੇ ਬੰਦਾ ਮੁੱਕ ਜਾਂਦਾ
ਤੂੰ ਵੀ ਦੱਸ ਖਾਂ ਸੋਹਣਿਆ ਓਏ
ਮੇਰੀ ਮੌਤ ਤੇ ਮੈਨੂੰ ਸਲਾਵੇਂਗਾ ਨਾ?

ਮਹਿਮਾਨ ਤੂੰ ਬਣ ਕੇ ਖ਼ਾਸ ਕੋਈ
ਸਾਡੇ ਦਿਲ ਦੇ ਘਰ ਵਿੱਚ ਆਇਆ ਏ
ਕਿਓ ਗੱਲ ਕਰੇ ਤੂੰ ਮੁੜਨੇ ਦੀ,
ਕੁਝ ਰਾਤਾਂ ਲਾਕੇ ਸੋਹਣਿਆ ਓਏ
ਕਾਤੋਂ ਉਮਰਾਂ ਲਈ ਨੀ ਰਹਿ ਜਾਂਦਾ,

ਜੇ ਆਉਂਦਾ ਸਾਨੂੰ ਦੱਸ ਕੇ ਤੂੰ
ਸੀ ਤੇਲ ਚੋਂਣਾ ਤੇਰੇ ਆਉਣ ਵੇਲ੍ਹੇ,
ਸਾਡੇ ਦਿਲ ਦੇ ਲੱਗੋ ਬੂਹੇ ਤੇ
ਨਾ ਓਦਾ ਈ ਅੰਦਰ ਲੈ ਜਾਂਦਾ,

ਕੱਲਾ ਹਾਲ ਸੁਣਾ ਕੇ ਉੱਠ ਨਾ ਖੜ
ਥੋੜਾ ਰੁਕ ਤਾ ਜਾ, ਸਾਨੂੰ ਜਾਣ ਤਾਂ ਲੈ,
ਨਾਲੇ ਪਿਆਰ ਦੇਖ
ਤੇਰੇ ਲਈ ਵਿਛਾਈਆਂ ਪੱਲੰਗਾ ਨੇ
ਓਹਨਾ ਤੇ ਕਿਓ ਨਹੀਂ ਬਹਿ ਜਾਂਦਾ |

ਲੋਕਾਂ ਪਹਿਲਾ ਹੀ ਆਪਣੇ ਯਾਰ ਵੰਡ ਲਏ
ਸਾਡੇ ਲਈ ਯਾਰ ਕੋਈ ਬਚਿਆ ਈ ਨਈ,

ਸਾਡਾ ਦਿਲ ਸਾਫ਼ ਕਿਸੇ ਫ਼ਕੀਰ ਵਾਂਗੂ
ਤਾਵੀ ਕਿਸੇ ਨੂੰ ਜਚਿਆ ਈ ਨਈ,

ਅਸੀਂ ਦਰ ਦਰ ਫਿਰਦੇ ਪਿਆਰ ਮੰਗਦੇ
ਸਾਡੇ ਲਈ ਪਿਆਰ ਕਿਸੇ ਕੋਲ ਬਚਿਆ ਈ ਨਈ।

ਕਿਤੇ ਏਦਾਂ ਹੋਜੇ ਸੋਹਣੀਏ ਨੀ
ਤੈਨੂੰ ਸਾਲਾਂ ਬਾਅਦ ਸਾਡੀ ਯਾਦ ਆਏ,
ਨਾ ਸਮਝੇ ਤੈਨੂੰ ਹੋਇਆ ਕੀ
ਬੱਸ ਖਾਲੀ ਖਾਲੀ ਲੱਗੀ ਜਾਏ,

ਕਾਫ਼ੀ ਚਿਰ ਪਿੱਛੇ ਸੋਚਣ ਦੇ
ਤੈਨੂੰ ਲੱਭਜੇ ਕਿਤੇ ਨਿਸ਼ਾਨੀ ਓਹ
ਜੋ ਮੈਂ ਪਿਆਰਾਂ ਦੀ ਦਿੱਤੀ ਸੀ
ਓਹਨੂੰ ਹੱਥਾਂ ਦੇ ਵਿੱਚ ਘੁੱਟੇ ਤੂੰ
ਤੇਰੀ ਅੱਖ ਦਾ ਸੁਰਮਾ ਬਾਹਰ ਆਏ,

ਤੈਨੂੰ ਮਿਲ ਜਾਵੇ ਕੋਈ ਬੰਦਾ ਐਸਾ
ਜੋ ਘਰ ਮੇਰੇ ਵੱਲ ਭੇਜ ਦੇਵੇ
ਜਦ ਓਥੇ ਜਾ ਤੂੰ ਪੈਰ ਪਾਵੇ
ਮੇਰੇ ਮਰਨੇ ਦੀ ਸੂਹ ਮਿਲ ਜਾਵੇ।

ਤੈਨੂੰ ਮੇਰੇ ਕੋਲੋਂ ਜਾਣ ਦੀ ਨੀ
ਦੱਸ ਕਾਦੀ ਕਾਹਲੀ ਰਹਿੰਦੀ ਏ,

ਹਲੇ ਪਿਆਰਾਂ ਵਾਲੀ ਦੱਸਣ ਦੀ
ਗੱਲਬਾਤ ਜੀ ਬਾਲੀ ਰਹਿੰਦੀ ਏ,

ਤੂੰ ਕਹਿ ਦੇਵੇ ਹੁਣ ਚਲਾ ਵੀ ਜਾ
ਮੈਂ ਮਿਲੂ ਦੁਬਾਰਾ ਰੁਕ ਕੇ ਵੇ
ਫੇਰ ਮੇਰੇ ਇੱਕ ਖੁਸ਼ੀਆਂ ਵਾਲੀ
ਚੀਸ ਕਾਲਜੇ ਪੈਂਦੀ ਏ,

ਮੇਰਾ ਦਿਲ ਕਰਦਾ ਓਹਨੂੰ ਦੇਖਣ ਨੂੰ
ਤੂੰ ਪੁੱਛ ਕੇ ਦੱਸ ਹੁਣ ਕਦੋ ਮਿਲੂ
ਫਿਰ ਅੱਖ ਜ਼ੁਬਾਨ ਨੂੰ ਕਹਿੰਦੀ ਏ,

ਮੈਂ ਕਰਾਂ ਉਡੀਕਾਂ ਦੇਖਣ ਨੂੰ
ਜਦੋ ਤੁਰ ਜਾਵੇ ਤੂੰ ਮਿਲ ਕੇ ਵੀ
ਮੈਨੂੰ ਫੇਰ ਉਡੀਕ ਜੀ ਰਹਿੰਦੀ ਏ,

ਦੱਸ ਮੇਰੇ ਕੋਲੋਂ ਜਾਨ ਦੀ ਨੀ
ਤੈਨੂੰ ਕਾਦੀ ਕਾਹਲੀ ਰਹਿੰਦੀ ਏ।

ਤੂੰ ਸਭ ਦਾ ਕਾਤੋ ਕਰਦਾ ਏ
ਏਨਾ ਕਾਤੋ ਏ ਅਣਜਾਣ ਮਾਨਾਂ,

ਇਹ ਦੁਨੀਆ ਹੁਣ ਬੱਸ ਮਤਲਬ ਦੀ
ਨਈ ਪਿਆਰ ਦੀ ਕੋਈ ਪਹਿਚਾਣ ਮਾਨਾਂ,

ਤੂੰ ਜਿਹਦੇ ਪਿੱਛੇ ਫਿਰਦਾ ਏ
ਜੇ ਛੱਡ ਕੇ ਓਹੋ ਤੁਰਗੀ ਓਏ
ਤੂੰ ਫੇਰ ਨਾ ਹੋਈ ਹੈਰਾਨ ਮਾਨਾਂ,

ਜੇ ਸਾਰਾ ਤੈਥੋਂ ਪਿਆਰ ਲੈ ਕੇ
ਕੱਲੀ ਬਖ਼ਸ਼ੇ ਤੇਰੀ ਜਾਨ ਵੀ ਓਹ
ਤੂੰ ਮੰਨਲੀ ਓਹਦਾ ਅਹਿਸਾਨ ਮਾਨਾਂ,

ਜਦੋਂ ਤੋੜ ਤੇਰਾ ਦਿਲ ਹੱਥ ਵਿੱਚ ਦੇ ਗਈ
ਫਿਰ ਲੈ ਓਹਨੂੰ ਸਾਰੀ ਜ਼ਿੰਦਗੀ
ਬੈਠਾਂ ਰਹੀ ਸ਼ਮਸ਼ਾਨ ਮਾਨਾਂ |

ਤੂੰ ਹਰ ਪਲ ਖਿੜਦੀ ਰਹਿਨੀ ਏ
ਕਿਤੇ ਫੁੱਲਾਂ ਵਾਂਗੂ ਝੜਜੀ ਨਾ,

ਜਿਵੇਂ ਅੱਖਾਂ ਦੇ ਵਿੱਚ ਅੱਖਾਂ ਪਾ ਕੇ
ਮੇਰੇ ਕੋਲੇ ਖੜਦੀ ਏ
ਨਾ ਰੱਬ ਕਰੇ ਉਹ ਦਿਨ ਆਵੇ
ਕਿਸੇ ਹੋਰ ਦੇ ਕੋਲੇ ਖੜਜੀ ਨਾ,

ਮੈਥੋਂ ਗੱਲ ਕੋਈ ਸਹਿ ਫਿਰ ਹੋਣੀ ਨੀ
ਐਵੇ ਦਿਲ ਤੇ ਲਾ ਕੇ ਬੈਠਾਂ ਰਹੂ
ਲੋਕਾਂ ਪਿੱਛੇ ਲੱਗ ਕੇ ਐਵੇ
ਮੇਰੇ ਨਾਲ ਤੂੰ ਲੜਜੀ ਨਾ,

ਇਹ ਸਫ਼ਰ ਬੜਾ ਈ ਲੰਮਾ ਏ
ਤੇਰੇ ਬਿਨ ਪੂਰਾ ਹੋਣਾ ਨਈ
ਤੈਨੂੰ ਬਹੁਤ ਮੁਸਾਫ਼ਿਰ ਮਿਲਣੇ ਨੇ
ਫਿਰ ਰਸਤੇ ਦੇ ਵਿੱਚ ਛੱਡ ਮੈਨੂੰ
ਹੱਥ ਹੋਰ ਕਿਸੇ ਦਾ ਫੜਜੀ ਨਾ |

ਜੇ ਰੱਬ ਸਾਨੂੰ ਰੰਗ ਰੂਪ ਦਿੰਦਾ
ਸਾਨੂੰ ਵੀ ਕਰਨਾ ਸੀ ਕਿਸੇ ਨੇ ਪਿਆਰ,

ਇੱਕ ਮਿਲਦੀ ਉਹ ਨਿੱਤ ਚੰਦਰੀ ਜਿਹੀ
ਦਿਲ ਨੂੰ ਰਹਿੰਦਾ ਬੱਸ ਉਹਦਾ ਹੀ ਇੰਤਜ਼ਾਰ,

ਮੈਨੂੰ ਕਹਿੰਦੀ ਤੇਰੀ ਨਈ ਹੁੰਦੀ
ਤੇਰੀ ਕਿਸਮਤ ਬੜੀ ਬੇਕਾਰ,

ਪਰ ਕੀ ਸਮਝਾਵਾਂ ਕਮਲੀ ਨੂੰ
ਰੂਹ ਦੇ ਪਿਆਰ ਬਾਰੇ
ਪਿੱਛੇ ਮਿਲਣਾ ਨਈ ਵਿੱਚ ਬਜ਼ਾਰ,

ਤੂੰ ਹੀ ਰੱਬਾ ਕਰਦੇ ਹੁਣ ਐਸਾ ਜਾਦੂ ਕੋਈ
ਓਹਦੇ ਤੋ ਪਲ ਵੀ ਹੋਵੇ ਨਾ ਸਹਾਰ,

ਜੇ ਲਿਖ ਦਿੰਦਾ ਓਹਨੂੰ ਮੇਰਿਆਂ ਲੇਖਾਂ ਵਿੱਚ
ਤੇਰਾ ਕੀ ਜਾਂਦਾ
ਮੈਂ ਵੀ ਹੁਣ ਨੂੰ ਹੋ ਜਾਂਦਾ ਪਿਆਰਾਂ ਵਿੱਚ ਸ਼ਾਹੂਕਾਰ |

ਸਾਡਾ ਯਾਰ ਕਰੇ ਨਾ ਪਿਆਰ ਸਾਨੂੰ
ਇਹ ਕੌੜਾ ਸੱਚ ਨਾ ਸਹਿ ਹੁੰਦਾ,

ਅਸੀਂ ਜਵਾ ਵੀ ਓਹਨੂੰ ਜੱਚਦੇ ਨਾ
ਸਾਨੂੰ ਚਿਹਰਾ ਓਹਦਾ ਫੱਬਦਾ ਏ
ਓਹਦੇ ਬਿਨਾ ਤਾਹੀ ਨੀ ਰਹਿ ਹੁੰਦਾ,

ਸਾਡਾ ਪਿਆਰ ਸਾਡੇ ਲਈ ਸਬ ਕੁਜ ਏ
ਲੱਗੇ ਓਹਨੂੰ ਕੋਈ ਸਸਤੀ ਸ਼ਹਿ ਹੁੰਦਾ।

ਤੂੰ ਕੋਲ ਮੇਰੇ ਕਿਓ ਖੜਦੀ ਨਈ,
ਹੱਥ ਸਬ ਦੇ ਮੂਹਰੇ ਫੜਦੀ ਨਈ,

ਜੇ ਮੈਂ ਹੋਰ ਨੂੰ ਦੇਖਾਂ ਮਰ ਜਾਵਾਂ
ਕਿਓ ਦਿਲ ਮੇਰੇ ਨੂੰ ਪੜਦੀ ਨਈ,

ਸਬ ਲੋਕ ਬੁਲਾਵੇ ਹੱਸ ਕੇ ਤੂੰ
ਕਿਓ ਪਾਣੀ ਸਾਡਾ ਭਰਦੀ ਨਈ,

ਜੇ ਤੱਕ ਲਵੇ ਮੈਨੂੰ ਹੋਰ ਕੋਈ
ਫਿਰ ਓਹਨੂੰ ਦੇਖ ਕਿਓ ਜਰਦੀ ਨਈ,

ਤੂੰ ਲੁਕ ਲੁਕ ਸਾਨੂੰ ਮਿਲਦੀ ਏ
ਕਿਓ ਸ਼ਰੇਆਮ ਸਾਡੀ ਬਣਦੀ ਨਈ।

ਨਵੇਂ ਨਵੇਂ ਪਿਆਰ ਦੀ ਸ਼ੁਰੂਆਤ ਜਦੋਂ ਹੋਈ ਸੀ,
ਪਹਿਲੀ ਪਹਿਲੀ ਵਾਰ ਮੁਲਾਕਾਤ ਜਦੋਂ ਹੋਈ ਸੀ,
ਯਾਦ ਮੈਨੂੰ ਪੂਰਾ, ਬਰਸਾਤ ਓਦੋ ਹੋਈ ਸੀ,
ਸੰਗ ਕੇ ਸੀ ਚੰਨ ਓਹਲੇ ਬੱਦਲਾਂ ਦੇ ਹੋਗਿਆ,

ਅੱਜ ਫੇਰ ਆਣ ਕੇ ਮੈਂ ਓਥੇ ਹੀ ਖਲੋ ਗਿਆ,
ਜਿੱਥੇ ਸੀਗਾ ਚਿਹਰਾ ਤੇਰਾ, ਪਹਿਲੀ ਵਾਰ ਮੋਹ ਗਿਆ,
ਕਰਾਂ ਮੈਂ ਉਡੀਕ ਤੇਰੀ, ਦੱਸ ਤੂੰ ਵੀ ਆਵੇਂਗਾ?
ਜਾਂ ਫਿਰ ਮੈਥੇ ਪਿਆਰ ਦੀ ਤੂੰ ਕਬਰ ਬਣਾਵੇਗਾ |

ਮੈਂ ਹਰ ਪਲ ਡਰਦਾ ਰਹਿੰਦਾ ਹਾਂ
ਕਿਤੇ ਛੱਡ ਨਾ ਜਾਈ ਵਿਚਕਾਰ ਮੈਨੂੰ,

ਜਦੋਂ ਗੱਲ ਨਾ ਕਰੇ ਬਹਾਨੇ ਲਾਵੇ
ਲੱਗੇ ਰਿਹਾ ਏ ਤੂੰ ਦੁਰਕਾਰ ਮੈਨੂੰ,

ਮੈਂ ਤੇਰੇ ਹੱਕ ਵਿੱਚ ਖੜ ਜਾਉਂਗਾ
ਭਾਵੇਂ ਭੀੜ ਚ ਦੇਈ ਪੁਕਾਰ ਮੈਨੂੰ,

ਨਾ ਇਸ਼ਕ ਚੋ ਕੁਝ ਵੀ ਮਿਲਣਾ ਏ
ਮੇਰਾ ਸਾਰਾ ਕੁਝ ਹੀ ਲੁੱਟ ਜਾਣਾ
ਤਾਈਓ ਲੋਕੀ ਕਹਿਣ ਬੇਕਾਰ ਮੈਨੂੰ,

ਪਹਿਲਾ ਤੇਰੇ ਪਿੱਛੇ ਰੋ ਪਿੱਟ ਕੇ
ਫੇਰ ਹੋਰ ਦੇ ਉੱਤੇ ਮਰ ਜਾਵਾਂ
ਏਨਾ ਵੀ ਮੈਂ ਮਾੜਾ ਨਈ
ਕੇ ਦੁਨੀਆ ਕਹੇ ਬਦਕਾਰ ਮੈਨੂੰ।

ਤੂੰ ਕਰਦੀ ਏ ignore ਮੈਨੂੰ
ਤੇਰੀ ਟੈਂਸ਼ਨ ਤਾਂ ਵੀ ਚੱਕਦਾ ਹਾਂ,

ਭਾਵੇਂ ਨਿਗਾਹ ਤੇਰੇ ਤੇ ਸਭ ਦੀ ਏ
ਮੈਂ ਹੋਰ ਸਾਬ ਨਾਲ ਤੱਕਦਾ ਹਾਂ,

ਇਕ ਵਾਰੀ ਝੁੱਕ ਕੇ ਚੱਕ ਤਾਂ ਸਹੀ
ਤੇਰੇ ਦਿਲ ਮੈਂ ਪੈਰੀ ਰੱਖਦਾ ਹਾਂ,

ਮੈਂ ਹੋਰ ਕਰਾਂ ਨਾ ਕੰਮ ਕੋਈ
ਤੇਰੇ ਲਈ ਕਦੇ ਵੀ ਥੱਕਦਾ ਨਾ,

ਮੇਰੇ ਫ਼ੋਨ ਦੀ ਵੱਜੀ ਘੰਟੀ ਤੇ
ਉੱਤੇ ਨਾਮ ਹੋਵੇ ਜੇ ਤੇਰਾ ਨੀ
ਮੈਂ ਸਾਰਾ ਈ ਕੁੱਝ ਭੁੱਲ ਜਾਵਾਂ
ਤੇ ਫ਼ੋਨ ਫਟਾਫਟ ਚੱਕਦਾ ਹਾਂ |

ਜੇ ਤੂੰ ਰੁੱਸੇ, ਮੇਰਾ ਜੱਗ ਰੁੱਸੇ,
ਮੇਰੀ ਮਾਂ ਰੁੱਸੇ, ਮੇਰਾ ਰੱਬ ਰੁੱਸੇ,

ਮੇਰਾ ਯਾਰ ਰੁੱਸੇ, ਮੇਰਾ ਪੀਰ ਰੁੱਸੇ,
ਏਹੀ ਬੈਠਾਂ ਸੋਚਾਂ ਮੈਂ ਕੇ ਕਾਤੋਂ ਮੇਰੀ ਹੀਰ ਰੁੱਸੇ,

ਮੈਂ ਏਨਾ ਕਾਤੋਂ ਮਾੜਾ ਹਾਂ
ਮੇਰੇ ਕਾਤੋਂ ਮੈਥੋਂ ਸਭ ਰੁੱਸੇ,

ਮੈਨੂੰ ਤਾਈਓ ਪਤਾ ਨੀ ਲੱਗਦਾ ਕਿਉਕਿ
ਸੀਨੇ ਨਾਲ ਸਭ ਲੱਗ ਰੁੱਸੇ,

ਮੇਰੀ ਪੱਕੀ ਯਾਰੀ ਦੁੱਖਾਂ ਨਾਲ
ਨਾ ਮੈਥੋਂ ਇਹ ਅੱਜ ਤੱਕ ਰੁੱਸੇ।

ਤੂੰ ਕਹਿਨੀ ਏ ਮੈਨੂੰ ਛੱਡ ਜਾਏਂਗੀ,
ਇਸ ਦਿਲ ਦੀਆਂ ਬਾਵਾਂ ਵੱਢ ਜਾਏਂਗੀ,

ਤੂੰ ਕਰ ਸਕਦੀ ਤੇਰੇ ਦਿਲ ਦੀਆਂ ਨੀ
ਤੇਰੀ ਐਡੀ ਵੀ ਮਜਬੂਰੀ ਨਈ
ਕਰ ਤੇਰੇ ਤੋਂ ਮੈਨੂੰ ਅੱਡ ਜਾਏਂਗੀ,

ਹੁਣ ਛੱਡਜੂੰ ਛੱਡਜੂੰ ਕਰਦੀ ਏ
ਪਰ ਇੱਕ ਦਿਨ ਮੇਰੀ ਯਾਦ ਆਉ,
ਨਾਲੇ ਮਿਲ ਵੀ ਮੈਨੂੰ ਹੋਣਾ ਨਈ
ਫਿਰ ਘਰੇ ਰੱਖੀਆਂ ਚਿੜੀਆਂ ਵਾਂਗੂ
ਪਿੰਜਰੇ ਦੇ ਵਿੱਚ ਤੜ ਜਾਏਂਗੀ,

ਕਦੇ ਲੋੜ ਪਵੇ ਮੈਨੂੰ ਭੀੜ ਦੇ ਵਿੱਚ
ਕਿਤੇ ਬੈਠਾ ਰੋਂਦਾ ਹੋਵਾਂ ਮੈਂ,
ਰੱਖ ਮੋਢੇ ਉੱਤੇ ਹੱਥ ਮੇਰੇ
ਆ ਕੋਲ ਮੇਰੇ ਦੱਸ ਖੜ ਜਾਏਂਗੀ???

ਜੇ ਤੂੰ ਸਾਡਾ ਸਾਥੀ ਬਣਜੇ
ਫਿਰ ਕਿਸੇ ਮੈਂ ਮੱਛੀ ਵਾਂਗੂ
ਬੇਖ਼ੋਫ਼ ਸਮੁੰਦਰ ਤਰ ਜਾਵਾਂ,

ਜੇ ਤੇਰਾ ਕੋਈ ਹੋਰ ਇਰਾਦਾ
ਦੂਰ ਖੜਾ ਮੈਂ ਪਾਣੀ ਕੋਲੋ
ਕੰਡੇ ਤੇ ਹੀ ਮਰ ਜਾਵਾਂ,

ਕਦਮ ਜੇ ਮੇਰੇ ਨਾਲ ਮਿਲਾਵੇ
ਜਿੱਤ ਲਉਂਗਾ ਮੈਂ ਸਾਰੀ ਦੁਨੀਆ
ਜੇ ਤੂੰ ਮੈਥੋ ਪਾਸਾ ਵੱਟ ਜੇ
ਸਾਹ ਵੀ ਫੇਰ ਮੈਂ ਹਰ ਜਾਵਾਂ |

ਜੇ ਹੋਣਾ ਹੀ ਨਈ ਮੇਰਾ ਤੂੰ
ਕਾਤੋਂ ਝੂਠੀ ਆਸ ਜਗਾਉਣਾ ਏ,
ਇਸ ਸੁੱਚੇ ਮੇਰੇ ਸੁਪਨੇ ਦਾ
ਕਿਉ ਖੁੱਲ ਕੇ ਮਜ਼ਾਕ ਬਣਾਉਣਾ ਏ,

ਜੇ ਮੋੜਨਾ ਨਈ ਮੁੱਲ ਪਿਆਰ ਦਾ ਤੂੰ
ਜਾ ਛੱਡ ਤੁਰਜਾ, ਨਾ ਐਵੇ ਸੰਗੀ ਜਾ,
ਜੇ ਰੱਖਣਾ ਨਈ ਤੂੰ ਸਾਂਭ ਕੇ ਵੇ
ਐਵੇ ਮੈਥੋਂ ਦਿਲ ਨਾ ਮੰਗੀ ਜਾ,

ਦਿਲ ਮੇਰਾ ਏ ਨਰਮ ਜਿਆ
ਏਹਨੇ ਖਿੱਲਰ ਬੜਾ ਈ ਜਾਣਾ ਏ,
ਫਿਰ ਜਾਣ ਨੀ ਦੇਣਾ ਮੈਂ ਤੈਨੂੰ
ਜਾ ਤੁਰਜਾ ਪਹਿਲਾਂ ਜਾਣਾ ਜੇ |

ਓਹ ਗੁੱਸੇ ਹੈ ਸਾਨੂੰ ਪਤਾ ਨਹੀਂ
ਫਿਰ ਦਿਲ ਮਿਲਿਆਂ ਦਾ ਕੀ ਫਾਇਦਾ,
ਉਹ ਕੋਲ ਆਇਆ ਤੇ ਚਲਾ ਗਿਆ
ਕੋਈ ਪਿਆਰ ਦੀ ਗੱਲ ਵੀ ਕੀਤੀ ਨਾ,
ਏਹਤੋਂ ਚੰਗਾ ਨਾ ਆਉਂਦਾ
ਫਿਰ ਇੰਝ ਮਿਲਿਆਂ ਦਾ ਕੀ ਫਾਇਦਾ,

ਇਕ ਦਿਨ ਫਿਰ ਉਹ ਆਇਆ ਨਈ
ਅਸੀਂ ਓਹਨੂੰ ਲੱਭਣ ਨਿਕਲ ਪਏ,
ਇਕ ਰਾਹ ਪੈ ਗਏ ਫਿਰ ਬੈਠੇ ਨਾ
ਸਾਨੂੰ ਸੱਜਣ ਸਾਡਾ ਮਿਲਿਆ ਨਈ
ਫਿਰ ਰਾਹ ਮਿਲਿਆਂ ਦਾ ਕੀ ਫਾਇਦਾ,

ਅਸੀਂ ਬਹੁਤੀ ਜ਼ਿੰਦਗੀ ਕੱਟ ਲਈ
ਤੇ ਥੋੜੀ ਪਿੱਛੇ ਬਾਕੀ ਏ,
ਥੋੜੀ ਵੀ ਓਹਦੇ ਬਿਨ ਕੱਟਣੀ
ਫਿਰ ਸਾਹ ਮਿਲਿਆਂ ਦਾ ਕੀ ਫਾਇਦਾ |

ਇੱਕ ਰਿਸ਼ਤਾ ਲੱਭਿਆ ਦੁਨੀਆ ਚੋ
ਜੋ ਰਿਸ਼ਤਾ ਰਿਸ਼ਤਿਆਂ ਵਰਗਾ ਨਈ,

ਉਹ ਕਹਿੰਦਾ ਮੈਨੂੰ ਪਿਆਰ ਕਰੇ
ਪਰ ਕਰਦਾ ਏ ਜਦੋ time ਮਿਲੇ,
ਇਹ ਕਿਹੜਾ ਪਿਆਰ ਏ ਪਿਆਰਾਂ ਚੋ
ਜੋ ਪਿਆਰ ਪਿਆਰਾਂ ਵਰਗਾ ਨਈ,

ਉਹ ਵੈਸੇ ਤਾਂ ਸਾਡਾ ਯਾਰ ਹੀ ਏ
ਜਦੋ ਲੋੜ ਪਈ ਓਹਨੇ ਛੱਡ ਜਾਣਾ,
ਸਾਨੂੰ ਕੈਸਾ ਯਾਰ ਇਹ ਮਿਲਿਆ ਏ
ਜੋ ਯਾਰ ਹੀ ਯਾਰਾਂ ਵਰਗਾ ਨਈ |

ਤੇਰੇ ਦੁੱਖਾਂ ਤੈਥੋਂ ਰੁੱਸ ਜਾਣਾ,
ਤੇਰੀ ਫ਼ਿਕਰਾਂ ਨੇ ਵੀ ਮੁੱਕ ਜਾਣਾ,
ਤੈਨੂੰ ਯਾਦ ਕੋਈ ਨਾ ਹੋਰ ਰਹਿਣਾ,
ਤੇਰਾ ਪਿਆਰ ਮੇਰੇ ਵੱਲ ਝੁੱਕ ਜਾਣਾ,

ਜਿਵੇਂ ਪਾਣੀ ਸੁੱਕਦਾ ਰੇਤਾਂ ਚੋ
ਤੇਰੇ ਹੰਝੂਆਂ ਨੇ ਵੀ ਸੁੱਕ ਜਾਣਾ,
ਤੇਰੇ ਕਦੇ ਵੀ ਨਈ ਮੈਂ ਬੁੜਨ ਦੇਣਾ
ਨੀ ਹਾਸਾ ਸੂਹੇ ਬੁੱਲ੍ਹਾਂ ਨੂੰ,
ਤੈਨੂੰ ਏਨਾ ਖੁਸ਼ ਮੈਂ ਰੱਖਾਂਗਾ
ਜਿਵੇਂ ਧੁੱਪ ਸਰੋਂ ਦਿਆਂ ਫੁੱਲਾਂ ਨੂੰ |

ਤੈਨੂੰ ਜ਼ਿੱਦ ਕਰਕੇ ਮੈਂ ਪਾਇਆ ਸੀ
ਤੈਨੂੰ ਮੇਰੀ ਜ਼ਿੱਦ ਪਗਾਉਣੀ ਨਾ ਆਈ,
ਸਭ ਕਿਤੇ ਸੀ ਮੈਂ ਬੇਕਦਰੇ
ਬੱਸ ਇੱਕ ਤੇਰੇ ਕਰਕੇ ਵੇ
ਤੈਨੂੰ ਸਾਡੀ ਕਦਰ ਹੀ ਪਾਉਣੀ ਨਾ ਆਈ,

ਬਸ ਉਪਰੋ ਉਪਰੋ ਮਿਲਦਾ ਰਿਹਾ
ਕਦੇ ਦਿਲ ਤੇ ਸਾਨੂੰ ਮਿਲਿਆ ਨਈ,
ਮੈਂ ਰੋਂਦਾ ਰੋਂਦਾ ਚੁੱਪ ਕਰਜਾਂ
ਤੈਨੂੰ ਐਸੀ ਗਲਵਕੜੀ ਪਾਉਣੀ ਨਾ ਆਈ,

ਹੁਣ ਚਲਿਆਂ ਮੈਂ ਤਾਂ ਕਹਿਨਾ ਏ
ਕੇ ਹਰ ਵੇਲੇ ਤੈਨੂੰ ਯਾਦ ਕਰਾਂ,
ਜਿੰਨਾ ਚਿਰ ਮੈਂ ਸੀ ਚੁੱਪ ਰਿਹਾ
ਓਦੋ ਕਿਓ ਨਾ ਤੈਨੂੰ ਯਾਦ ਆਈ,

ਹੁਣ ਬਣ ਗਿਆ ਮੈਂ ਮਜਬੂਰੀ ਤੇਰੀ
ਤਾਈਓ ਤਾਂ ਮਿੰਨਤਾਂ ਕਰਦਾ ਏ,
ਕਿਓ ਪਹਿਲਾਂ ਨਾ ਤੇਰੀ ਕੋਈ ਆਵਾਜ਼ ਆਈ
ਘਰਦੇ ਵੀ ਪਿੱਛੇ ਰੱਖ ਕੇ ਤੈਨੂੰ
ਮੰਨਿਆ ਸੀ ਮੈਂ ਰੱਬ ਸੱਜਣਾ,
ਤੂੰ ਤਾਵੀਂ ਕਾਤੋਂ ਬਦਲ ਗਿਆ
ਨਾ ਸਾਡੇ ਸੰਗ ਨਿਭਾਉਣੀ ਆਈ।

ਤੂੰ ਸਿੱਧੇ ਮੂੰਹ ਸਾਨੂੰ ਬੋਲੇ ਨਾ
ਤੈਨੂੰ ਤਾਂ ਵੀ ਜੀ ਜੀ ਕਰਦਾ ਏ,

ਤੂੰ ਕਹਿਨੀ ਮੈਂ control ਕਰਾਂ
ਤੂੰ ਸਮਝੇ ਨਾ ਮੇਰੇ ਦਿਲ ਦੀ ਨੀ
ਤੈਨੂੰ ਪਿਆਰ ਬਾਹਲਾ ਈ ਕਰਦਾ ਏ,

ਤੂੰ ਨਾ ਕਰ ਸਾਡੀ ਬੇਕਦਰੀ
ਬਸ ਇਕ ਵਾਰੀ ਸਾਨੂੰ ਰੱਖ ਲੈ ਨੀ,
ਭਾਵੇਂ ਪੈਰਾਂ ਵਿੱਚ ਸਾਨੂੰ ਰੱਖੀ ਰੱਖ
ਨਾ ਤੇਰੇ ਬਿਨ ਸਾਡਾ ਸਰਦਾ ਏ,

ਮੈਂ ਸੁਣਿਆ ਲੋਕੀ ਕਹਿੰਦੇ ਨੇ
ਸੱਚਾ ਇਸ਼ਕ ਤਾਂ ਹੁੰਦਾ ਰੱਬ ਵਰਗਾ,
ਇਹ ਦਿਲ ਤਾਂ ਏਥੇ ਝੁੱਕ ਜਾਵੇ
ਤਾਇਓ ਪੂਜਾ ਤੇਰੀ ਕਰਦਾ ਏ।

ਨਾ ਫਰਕ ਲੋਕਾਂ ਦੇ ਲੜਨੇ ਤੋਂ
ਬੱਸ ਤੇਰੀ ਚੁੱਪ ਤੋ ਡਰ ਜਾਵਾਂ,

ਤੂੰ ਛੱਡਣਾ ਚਾਵੇ ਮੈਨੂੰ ਨੀ
ਪਰ ਕਦੇ ਵੀ ਨਾ ਮੈਨੂੰ ਛੱਡ ਸਕੇ
ਦੱਸ ਇਹੋ ਜਾ ਕੀ ਕਰ ਜਾਵਾਂ,

ਮੇਰਾ ਦਿਲ ਕਰਦਾ ਤੈਨੂੰ ਦੇਖਣ ਨੂੰ
ਤੂੰ ਬੈਠੋਂ ਆਕੇ ਸਾਹਮਣੇ ਜੇ
ਮੈਂ ਨਾ ਦੇਖਾਂ ਤਾਂ ਮਰ ਜਾਵਾਂ,

ਤੂੰ ਕਹਿਨਾ ਕੱਠਿਆਂ ਜਿਓਣਾ ਨਈ
ਜੇ ਸੋਚਣ ਲੱਗਾਂ ਏਸ ਬਾਰੇ
ਫਿਰ ਜਿਊਣੇ ਤੋਂ ਵੀ ਡਰ ਜਾਵਾਂ |

ਤੂੰ ਸੋਹਣਿਆ ਸੱਜਣਾ ਕਿੱਥੇ ਐ
ਮੈਂ ਸਾਰਾ ਦਿਨ ਤੈਨੂੰ ਦੇਖਿਆ ਏ,
ਪਰ ਫੇਰ ਵੀ ਮੇਰਾ ਦਿਲ ਕਹਿੰਦਾ
ਦੀਦਾਰ ਤੇਰਾ ਹੀ ਬਾਕੀ ਏ,

ਹਰ ਰੋਜ਼ ਦੱਸਾਂ ਤੈਨੂੰ ਹਰ ਪਲ ਹੀ
ਕਿੰਨਾ ਪਿਆਰ ਮੈਂ ਤੈਨੂੰ ਕਰਦਾ ਹਾਂ,
ਹੁਣ ਤੇਰੀ ਵਾਰੀ ਆ ਗਈ ਏ
ਇਜ਼ਹਾਰ ਤੇਰਾ ਹੀ ਬਾਕੀ ਏ,

ਮੈਂ ਹੁਣੇ ਹੀ ਵਿਹਲਾ ਹੋਇਆ ਸੀ
ਬੱਸ ਕਰ ਤੇਰੇ ਇੰਤਜ਼ਾਰਾਂ ਨੂੰ,
ਜਦ ਅੱਗੇ ਬਾਰੇ ਸੋਚਿਆ ਤਾਂ
ਇੰਤਜ਼ਾਰ ਹੀ ਤੇਰਾ ਬਾਕੀ ਏ |

ਮੈਂ ਵੇਚ ਮੇਰੇ ਜਜ਼ਬਾਤ
ਤੇਰੀ ਮੁਸਕਾਨ ਖਰੀਦ ਲਵਾਂ ,
ਤੈਨੂੰ ਦੇਦਿਆਂ ਆਪਣੀ ਉਮਰ ਸਾਰੀ ਮੈਂ
ਆਪਣੀ ਜਾਨ ਦੇ ਬਦਲੇ ਤੇਰੀ ਜਾਨ ਖ਼ਰੀਦ ਲਵਾਂ,

ਤੇਰਾ ਹੋਣਾ ਚੰਗਾ ਲੱਗਦਾ
ਤੇਰਾ ਹੋਕੇ ਰਹਿਣਾ ਏ,
ਤੂੰ ਕਹੇ ਜੇ ਬਾਕੀ ਰਿਸ਼ਤੇ ਵੇਚ ਕੇ
ਤੇਰਾ ਹਾਣ ਖਰੀਦ ਲਵਾਂ,

ਤੂੰ ਬੋਲਦਾ ਨੀ ਕਿਉ ਚੁੱਪ ਬੈਠਾ
ਕੇ ਦਿਲ ਦੇ ਟੁਕੜੇ ਕਰਨੇ ਆਂ,
ਇਹ ਟੁਕੜੇ ਸਾਡਨ ਲਈ ਫਿਰ
ਕੋਈ ਸ਼ਮਸ਼ਾਨ ਖਰੀਦ ਲਵਾਂ |

ਜੀ ਕਰਦਾ ਤੇਰਾ ਸੁਰਮਾ ਬਣਜਾ
ਮੈਨੂੰ ਰੋਜ਼ ਅੱਖਾਂ ਵਿੱਚ ਪਾਵੇ ਤੂੰ,

ਜੀ ਕਰਦਾ ਤੇਰੀ ਸੁਰਖੀ ਬਣਜਾ
ਮੈਨੂੰ ਰੋਜ਼ ਬੁੱਲ੍ਹਾਂ ਤੇ ਲਾਵੇ ਤੂੰ,

ਜੀ ਕਰਦਾ ਤੇਰੀ ਗਾਨੀ ਬਣਜਾ
ਫੇਰ ਰੋਜ਼ ਹੀ ਗੱਲ ਨਾਲ ਲਾਵੇ ਤੂੰ,

ਜੀ ਕਰਦਾ ਤੇਰੀ ਵੰਗ ਬਣ ਜਾਵਾਂ
ਮੈਨੂੰ ਕਦੇ ਨਾ ਹੱਥੋਂ ਲਾਵੇ ਤੂੰ,

ਜਾਂ ਬਣਜਾ ਤੇਰੇ ਕੰਨ ਦੀ ਵਾਲੀ
ਜਿਹਨੂੰ ਵਾਰ ਵਾਰ ਹੱਥ ਲਾਵੇ ਤੂੰ,

ਬਣ ਜਾਵਾਂ ਤੇਰੇ ਪਿਆਰ ਦੀ ਮੁੰਦਰੀ
ਜਿਹਨੂੰ ਸਾਰਾ ਦਿਨ ਹੀ ਦੇਖੀ ਜਾਵੇ ਤੂੰ,

ਕੁਛ ਵੀ ਬਣਜਾ ਤੇਰਾ ਐਸਾ
ਜਿਹਤੋਂ ਕਦੇ ਵੀ ਦੂਰ ਨਾ ਜਾਵੇ ਤੂੰ।

ਜਦ ਕੋਲ ਬੁਲਾਵੇ ਸਾਨੂੰ ਤੂੰ
ਤੈਨੂੰ ਮਿਲਣੇ ਦਾ ਇੱਝ ਚਾਅ ਹੋਵੇ,

ਜਿਵੇਂ ਸੁੱਕੀ ਪੈਂਦੀ ਠੰਢ ਦੇ ਵਿੱਚ
ਕੋਈ ਲੰਗਰ ਵਾਲੀ ਚਾਹ ਹੋਵੇ,

ਜਿੱਥੇ ਆਵੇ ਨਾ ਕੋਈ ਹੋਰ ਪਰਿੰਦਾ
ਸੁੰਨੀ ਐਸੀ ਥਾਂ ਹੋਵੇ,

ਚੰਨ ਫਿੱਕਾ ਪੈਜੇ ਸੋਹਣੀਏ ਨੀ
ਤੇਰੇ ਗੋਰੇ ਚਿੱਟੇ ਮੁੱਖ ਅੱਗੇ,
ਪਾ ਹੱਥ ਵਿੱਚ ਹੱਥ ਬੈਠੇ ਹੋਈਏ
ਤਾਰਿਆਂ ਦੀ ਜਿੱਥੇ ਛਾਂ ਹੋਵੇ,

ਭਾਵੇ ਲੰਘ ਗਿਆ ਇੱਕ ਪਹਿਰ ਸਾਨੂੰ
ਹੁਣ ਅੰਬਰ ਲਾਲੀ ਫੜਨ ਲੱਗਿਆ
ਕਿਓ ਆਖੇ ਮੈਨੂੰ ਜਾਣ ਲਈ,
ਥੋੜ੍ਹਾ ਚਿਰ ਤੈਨੂੰ ਤੱਕਣ ਦੇ
ਨਾ ਐਦਾਂ ਮੈਥੋਂ ਜਾ ਹੋਵੇ |

ਕੁੱਛ ਐਸਾ ਕਰਦੇ ਰੱਬਾ ਤੂੰ
ਓਹਨੂੰ ਸਾਡੇ ਨਾਲ ਪਿਆਰ ਹੋਜੇ,

ਲੱਗੇ ਨਾ ਓਹਦਾ ਦਿਲ ਕੱਲੀ ਦਾ
ਜਿਵੇਂ ਸਾਨੂੰ ਓਹਨੇ ਕੀਤਾ ਏ
ਦਿਲ ਓਹਦਾ ਵੀ ਬਿਮਾਰ ਹੋਜੇ,

ਅਸੀਂ ਬੈਠ ਗੱਲਾਂ ਜਦ ਕਰਦੇ ਹੋਈਏ
ਲੱਗੇ ਨਾ ਓਹਨੂੰ ਪਤਾ ਵੀ ਬਸ
ਓਹਤੋਂ ਆਪੇ ਹੀ ਇਜ਼ਹਾਰ ਹੋਜੇ,

ਰੱਬਾ ਹੋਰ ਨਾ ਤੈਥੋਂ ਮੰਗਾ ਕੋਈ
ਕੱਲਾ ਓਹਨੂੰ ਮੇਰਾ ਕਰਦੇ ਤੂੰ,
ਜੇ ਨਾ ਮਿਲਿਆ ਮੈਨੂੰ ਲੱਗਦਾ ਏ
ਕਿਤੇ ਜ਼ਿੰਦਗੀ ਨਾ ਖ਼ਰਾਬ ਹੋਜੇ।

ਸਾਰਾ ਦਿਨ ਮੈਂ ਕਿੰਨਾ ਸੋਚਾਂ,
ਸੋਚਾਂ ਵਿੱਚ ਵੀ ਤੈਨੂੰ ਸੋਚਾਂ ,
ਸੋਚ ਸੋਚ ਨਾ ਥੱਕਦਾ ਮੈਂ
ਭਾਵੇ ਤੇਰੇ ਨਾਲ ਕਰੀ ਗੱਲ ਜਾਵਾਂ
ਫੇਰ ਵੀ ਤੇਰੇ ਬਾਰੇ ਸੋਚਾਂ,

ਮੈਨੂੰ ਕੋਈ ਗੱਲ ਨਾ ਯਾਦ ਰਵੇ
ਬਸ ਤੇਰੀ ਗੱਲ ਨਾ ਭੁੱਲਦਾ ਮੈਂ
ਜੇ ਕਦੇ ਵੀ ਭੁੱਲਣ ਲੱਗਾ ਮੈਂ
ਫੇਰ ਦੁਬਾਰਾ ਓਸ ਗੱਲ ਨੂੰ ਸੋਚਾਂ,

ਤੈਨੂੰ ਹਾਸੇ ਦੇ ਕੇ ਦੁੱਖ ਵਿੱਚ ਰਹਿਲੂ
ਇੰਨਾ ਸੋਹਣੀਏ ਤੇਰਾ ਸੋਚਾਂ,
ਸੋਚਾਂ ਵਿੱਚ ਮੈਂ ਜ਼ਿੰਦਗੀ ਜੀਓਨਾ
ਇੱਕ ਤੂੰ ਹੀ ਕੁੱਝ ਵੀ ਸੋਚਦੀ ਨਾ
ਖੌਰੇ ਕਾਤੋਂ ਕੱਲਾ ਸੋਚਾਂ,

ਦੁਨੀਆਦਾਰੀ ਭੁੱਲ ਗਿਆ ਹਾਂ
ਬੱਸ ਸੋਚਾਂ ਵਿੱਚ ਹੀ ਮਰ ਜਾਉਂਗਾ
ਕਾਸ਼ ਕਿਤੇ ਕੁੱਝ ਏਦਾਂ ਹੋਜੇ
ਮਰਕੇ ਵੀ ਮੈਂ ਤੈਨੂੰ ਸੋਚਾਂ |

ਤੂੰ ਏ ਚੜ੍ਹਦਾ ਸੂਰਜ ਮੇਰਾ
ਜਿਹਨੂੰ ਵੇਖ ਕੇ ਅੱਖਾਂ ਚਮਕ ਦੀਆਂ
ਤੇ ਰੋਜ ਨਵਾ ਈ ਖਿਆਲ ਆਵੇ,

ਤੂੰ ਹੀ ਖਿੜੀ ਦੁਪਹਿਰ ਮੇਰੀ
ਚਹਿਕ ਦੀ ਏ ਤੂੰ ਚਿੜੀਆਂ ਵਾਂਗੂ
ਤੂੰ ਹੀ ਢਲਦੀ ਸ਼ਾਮ ਏ ਮੇਰੀ
ਜਦ ਵੀ ਤੈਨੂੰ ਦੇਖਣ ਬੈਠਾਂ
ਤੇਰੀਆਂ ਅੱਖਾਂ ਦੇ ਵਿੱਚ ਡੁੱਬਜਾਂ
ਜਿਵੇ ਡੁੱਬਦਾ ਸੂਰਜ ਲਾਲ ਜਾਵੇ,

ਤੂੰ ਹੀ ਏ ਮੇਰੀ ਰਾਤ ਹਨੇਰੀ
ਦਿਖਦਾ ਕੁੱਛ ਨੀ ਆਉਣ ਤੇ ਤੇਰੇ
ਤੂੰ ਹੀ ਰਾਤ ਏ ਚਾਨਣ ਵਾਲੀ
ਜਦ ਵੀ ਕੋਲੋ ਲੰਘ ਜਾਵੇ
ਠੰਡੀ ਜੀ ਇੱਕ ਪੌਣ ਚਲਾਵੇ,

ਤੂੰ ਹੀ ਰੁੱਤ ਏ ਪੱਤਝੜ ਦੀ ਨੀ
ਝੜ ਜਾਂਦੀ ਮੁਸਕਾਨ ਮੇਰੀ ਫਿਰ
ਸੁੱਕ ਕੇ ਪੀਲੇ ਪੱਤਰਾਂ ਵਾਂਗੂ
ਜਦ ਤੂੰ ਕਿਧਰੇ ਰੁੱਸ ਜਾਵੇਂ...

Continue...

ਤੂੰ ਹੀ ਏ ਮੇਰਾ ਸਾਉਣ ਮਹੀਨਾ
ਮੁਰਝਾਇਆ ਦਿਲ ਫੜਜੇ ਹਰਿਆਲੀ
ਭੁੱਲ ਭੁਲੇਖੇ ਤੂੰ ਕਿਧਰੇ ਜੇ
ਪਿਆਰ ਦੀ ਪਾ ਬਰਸਾਤ ਜਾਵੇ,

ਤੂੰ ਹੀ ਚੜ੍ਹਦਾ ਸਿਆਲ ਸੋਹਣੀਏ
ਜੇ ਮੇਰੇ ਨਾਲ ਖਹਿਕੇ ਲੰਘਜੇ
ਬੁਖਾਰ ਇਸ਼ਕ ਦਾ ਹੋ ਜਾਵੇ,

ਤੂੰ ਹੀ ਤੱਪਦੀ ਗਰਮੀ ਵਾਂਗੂ
ਐਸਾ ਕੁਝ ਨਾ ਕਰਜੀ ਦੇਖੀ
ਮੇਰੇ ਦਿਲ ਦਾ ਪੰਛੀ ਛੱਡ ਕੇ ਇਹਨੂੰ
ਉੱਡ ਨਾ ਕਿਧਰੇ ਹੋਰ ਜਾਵੇ |

ਜੋ ਦਿਲ ਮੇਰੇ ਨੂੰ ਚਾਹੀਦਾ
ਓਹ ਸਕੂਨ ਕਿਓ ਨੀ ਮਿਲਦਾ,

ਮੈਨੂੰ ਸਾਰੇ ਬਾਕੀ ਮਿਲਦੇ ਨੇ
ਦੱਸ ਤੂੰ ਕਿਓ ਨੀ ਮਿਲਦਾ,

ਬਣ ਕੇ ਫੁਲ ਗੁਲਾਬ ਦਾ
ਦਿਲ ਦੇ ਵਿਹੜੇ ਕਿਓ ਨੀ ਖਿੱਲਦਾ,

ਹਰ ਇੱਕ ਚੋਂ ਤੈਨੂੰ ਲੱਭੇ ਇਹ
ਕਹਿੰਦਾ ਓਹਦੇ ਕੋਲ ਹੀ ਰਹਿਣਾ ਏ,

ਭਾਵੇ ਤੋੜ ਦਵੇ ਭਾਵੇ ਰੱਖ ਲਵੇ
ਦੱਸ ਕੀ ਕਰਾਂ ਮੇਰੇ ਦਿਲ ਦਾ।

ਇਸ਼ਕ ਇਸ਼ਕ ਏਥੇ ਹਰ ਕੋਈ ਕਹਿੰਦਾ
ਔਖੀਆਂ ਰਾਵਾਂ ਇਸ਼ਕ ਦੀਆਂ,
ਮੈਂ ਵੀ ਤੁਰ ਕੇ ਦੇਖ ਲਿਆ
ਇਸ਼ਕ ਭੋਰਾ ਵੀ ਆਸਾਨ ਨਹੀਂ,

ਤੂੰ ਨੀ ਕਰਦਾ ਭਾਵੇ ਮੈਨੂੰ
ਪਰ ਮੈਂ ਤਾਂ ਤੈਨੂੰ ਬਾਹਲ਼ਾ ਕਰਦਾ,
ਕਰਕੇ ਹੀ ਜੇ ਤੈਨੂੰ ਸੁਣਾਤਾ
ਇਸ਼ਕ ਏ ਕੋਈ ਅਹਿਸਾਨ ਨਹੀਂ,

ਸਾਰੀ ਉਮਰ ਤੇਰੇ ਦਿਲ ਵਿੱਚ ਰਹਿਣਾ
ਐਸਾ ਤੈਨੂੰ ਇਸ਼ਕ ਮੈਂ ਕੀਤਾ,
ਸੋਚੀ ਨਾ ਕਿਤੇ ਦਿਲ ਵਿੱਚ ਵੜਕੇ
ਕੁਝ ਦਿਨ ਰਹਿ ਕੇ
ਮਹੀਨਾ ਲਾ ਕੇ ਮੁੜ ਜਾਉਂਗਾ
ਐਸਾ ਮੈਂ ਮਹਿਮਾਨ ਨਹੀਂ |

ਪਹਿਲੀ ਵਾਰ ਦੇਖ ਤੈਨੂੰ
ਤੇਰਾ ਸੀ ਮੈਂ ਹੋਗਿਆ,

ਲੱਭ ਗਈ ਏ ਤੂੰ
ਪਰ ਮੈਂ ਕਿੱਥੇ ਥੋ ਗਿਆ,

ਕੋਈ ਮਰੇ ਭਾਵੇ ਮਿਟੇ
ਜਿਹਨੂੰ ਫ਼ਰਕ ਨਾ ਪੈਂਦਾ ਸੀ
ਤੇਰੀ ਚੁੱਪ ਦੇਖ ਓਹਦੀ
ਅੱਖੋਂ ਹੰਝੂ ਚੋ ਗਿਆ,

ਹੱਥ ਵਿੱਚ ਫੜ ਸਾਡੇ
ਦਿਲ ਨੂੰ ਤੂੰ ਦੇਖੀ ਜਾਵੇ
ਤੋੜ ਜੇਗਾ ਜਦੋ ਕੋਈ ਖਾਸ ਵਿਹਲਾ ਹੋਗਿਆ,

ਦੇਖਲਾ ਜੇ ਸਰਦਾ ਤੂੰ
ਮੇਰਾ ਹੋਕੇ ਰਹਿ ਲਾ ਵੇ
ਜੇ ਨਈ ਰਹਿਣਾ ਮੇਰਾ ਹੋ ਕੇ
ਕਾਤੋਂ ਮੇਰਾ ਹੋਗਿਆ |

ਮੈਂ ਹੱਸਕੇ ਪੁੱਛਿਆ ਸੱਜਨਾ ਨੂੰ
ਮੈਨੂੰ ਨਜ਼ਰ ਕਿਤੇ ਵੀ ਆਵੇ ਨਾ
ਜਿਹੜਾ ਮੇਰੇ ਨਾਲ ਪਿਆਰ ਕੀਤਾ,

ਫੇਰ ਸੋਹਣੇ ਕਹਿੰਦੇ ਸੁਣ ਮੁੰਡਿਆ
ਨਹੀਂ ਤੇਰੇ ਨਾਲ ਪਿਆਰ ਸਾਨੂੰ
ਸੀ ਓਹਤਾਂ ਅਸੀਂ ਮਜ਼ਾਕ ਕੀਤਾ,

ਓਹਨਾ ਸੰਗ ਭੋਰਾ ਵੀ ਕੀਤੀ ਨਾ
ਤੇ ਦਿਲ ਵੀ ਮੇਰਾ ਤੋੜ ਦਿੱਤਾ,
ਉੱਤੇ ਇਕ ਅਹਿਸਾਨ ਜਤਾ ਗਾਏ ਨੇ
ਕੇ ਪਹਿਲਾ ਸੀ ਬੜਾ ਭੋਲਾ ਤੂੰ
ਸਗੋ ਅਸੀਂ ਤਾਂ ਤੈਨੂੰ ਚਲਾਕ ਕੀਤਾ |

ਮੇਰੇ ਜ਼ਿੰਦਗੀ ਦੇ ਵਿੱਚ ਆਉਣ ਲਈ
ਤੇਰਾ ਸੋਹਣਿਆ ਵੇ ਧੰਨਵਾਦ ਬੜਾ,

ਤੈਨੂੰ ਦੇਖਦਾ ਸੀ ਮੈਂ ਚਿਰ ਤੋਂ ਹੀ
ਤੇ ਮੰਗਿਆ ਰੱਬ ਤੋਂ ਨਿੱਤ ਨਿੱਤ ਮੈਂ
ਸੀ ਤੇਰੇ ਲਈ ਬੇਤਾਬ ਖੜਾ,

ਕਦੇ ਛੁੱਟੇ ਨਾ ਭਾਵੇ ਖਿੱਚੇ ਕੋਈ ਵੀ
ਤੈਨੂੰ ਮੇਰੇ ਕੋਲੋਂ ਜੇ
ਤੂੰ ਮੇਰੇ ਕੋਲ ਹੀ ਰਹਿ ਜਾਵੇ
ਨੀ ਐਸਾ ਮੈਨੂੰ ਹੱਥ ਫੜਾ,

ਅਜੇ ਥੋੜ੍ਹੇ ਦਿਨ ਤਾਂ ਹੋਏ ਨੇ
ਆਪਾ ਕੱਠੇ ਹੱਸਣ ਲੱਗੇ ਆਂ,
ਨਾ ਏਨਾ ਮੈਥੋਂ ਰੁੱਸਿਆ ਕਰ
ਨਾ ਏਨੀ ਮੈਥੋਂ ਮਿੰਨਤ ਕਢਾ |

ਹੋਇਆ ਕੀ ਜੇ ਤੇਰਾ ਮੇਰਾ ਭੇਤ ਖੁੱਲ ਜੂ,
ਪਿਆਰ ਮੇਰਾ ਸਾਰਾ ਕੀ ਇਹ ਮਿੱਟੀ ਵਿੱਚ ਰੁੱਲ ਜੂ?
ਤੂੰ ਸੋਚਿਆ ਮੈਂ ਤੈਨੂੰ ਐਦਾਂ ਹੀ ਭੁੱਲ ਜੂ,
ਇਹ ਮੁੱਦਾ ਪਿਆਰ ਦਾ ਹੈ ਜਨਾਬ
ਬੜਾ ਔਖਾ ਸੁਲਝੂ ।

ਹੱਥਾਂ ਵਾਲੀ ਮਹਿੰਦੀ ਤੇਰੇ ਬਾਲਾ ਹੀ ਕੁੱਝ ਚੜ੍ਹਦੀ ਏ,
ਲੱਗਦਾ ਤੈਨੂੰ ਸੱਸ ਤੇਰੀ ਨੀ ਪਿਆਰ ਬੜਾ ਹੀ ਕਰਦੀ ਏ,
ਮਹਿੰਦੀ ਨਾਲ ਜੋ ਫੁੱਲ ਬਣਾਏ ਸੋਹਣੇ ਹੱਥਾਂ ਉੱਤੇ ਨੀ,
ਓਹਨਾ ਉੱਤੇ ਬੈਠਣ ਲਈ ਮੈਂ ਭੌਰਾ ਆਪ ਬਣਾ ਦੇਵਾਂ,
ਜੇ ਤੂੰ ਮੈਨੂੰ ਹਾਂ ਕਰ ਦੇਵੇ, ਓਸੇ ਵੇਲ਼ੇ ਬਿਨਾ ਸੰਗੋ ਸੋਚੇ,
ਮਾਂ ਨਾਲ ਗੱਲ ਕਰਾਂ ਦੇਵਾਂ।

ਤੇਰੀ ਅੱਖਾਂ ਦੇ ਵਿੱਚ ਦੇਖ ਕੇ ਮੈਨੂੰ ਹੋਸ਼ ਕੋਈ ਵੀ ਰਹਿੰਦਾ ਨੀ
ਭਾਵੇਂ ਜ਼ਹਿਰ ਦੀ ਸ਼ੀਸ਼ੀ ਪੀ ਜਾਵਾਂ,
ਤੈਨੂੰ ਹੱਸਦੀ ਦੇਖ ਕੇ ਦੁੱਖ ਮੁੱਕਦੇ
ਭਾਵੇਂ ਪਲ ਵਿੱਚ ਜ਼ਿੰਦਗੀ ਜੀ ਜਾਵਾਂ।

ਏਨਾ ਮੇਰਾ ਦਿਲ ਤੈਨੂੰ ਨੀ ਚਾਹੁੰਦਾ ਏ,
ਮੇਰੀਆਂ ਬੰਦ ਅੱਖਾਂ ਵੀ ਕਰਨ ਉਡੀਕਾਂ ਤੇਰੀ ਦੀਦ ਦੀਆਂ।

ਯਾਦ ਆਈਂ ਨਾ ਮੈਨੂੰ
ਬੱਸ ਇੱਕ ਵਾਅਦਾ ਕਰ,
ਦੇਖਣਾ ਚਾਵਾਂ ਨਾ ਤੈਨੂੰ
ਮੈਨੂੰ ਨਫ਼ਰਤ ਇੰਨੀ ਜ਼ਿਆਦਾ ਕਰ।

ਇਹ ਦੱਸਣੇ ਵਿੱਚ ਨਈ ਸੰਗ ਕਰਦੇ,
ਨਈ ਤੈਨੂੰ ਅੱਜ ਤੋਂ ਤੰਗ ਕਰਦੇ,
ਨਈ ਤੇਰੇ ਪਿਆਰ ਦੀ ਮੰਗ ਕਰਦੇ,
ਨਾ ਕਿਸੇ ਨਾਲ ਤੇਰੇ ਲਈ ਜੰਗ ਕਰਦੇ ।

ਦੱਸ ਖੁਸ਼ ਏ ਏਹੀ ਚਾਉਂਦਾ ਸੀ,
ਸਾਡੇ ਤੈਨੂੰ ਭੁੱਲਣ ਲਈ ਤੂੰ ਰੋਜ਼ ਹੀ ਤਰਲੇ ਪਾਉਂਦਾ ਸੀ,
ਜਾ ਤੁਰਜਾ ਓਹਨਾਂ ਕੋਲੇ ਜਿਹੜੇ ਤੈਨੂੰ ਖ਼ਾਸ ਬੜੇ,
ਨਾ ਪਿੱਛੇ ਮੁੜ ਸਾਨੂੰ ਦੇਖੀ ਭਾਵੇਂ ਅਸੀਂ ਉਦਾਸ ਖੜੇ ।

ਰਹਿ ਲਏਂਗਾ ਦੱਸ ਤੂੰ ਖੁਸ਼ ਓਹਨਾ ਸੰਗ
ਜਿਹਨਾਂ ਲਈ ਸਾਡੀ ਹਰ ਇੱਕ ਖੁਸ਼ੀ ਤੂੰ ਖੋਹਕੇ ਆਇਆ ਏ,
ਜਦੋਂ ਸਮਝ ਆਈ ਤੈਨੂੰ ਲੱਗੂ ਜਿੱਦਾਂ
ਰੱਬ ਨੂੰ ਠੋਕਰ ਆਇਆ ਏਂ ।

ਇਹ ਆਮ ਜਿਹਾ ਤੇਰਾ, ਜਾਨ ਵਾਰਦੂ
ਤੇਰੇ ਖ਼ਾਸ ਤੋਂ ਮੁਹਰੇ ਆ ਕੇ,
ਪਰ ਤੂੰ ਕਿੱਥੇ ਯਾਦ ਰੱਖੇਂਗੀ
ਓਹਦੇ ਕੋਲੇ ਜਾ ਕੇ...

Continue...

ਚੱਲ ਚੰਗਾ, ਫਿਰ ਮਿਲਾਂਗੇ, ਫਿਰ ਕਿਤੇ,
ਹੁਣ ਬੱਸ ਹੱਸਦੀ ਰਹੀ,
ਸਾਡੇ ਵੱਸ ਕੇ ਖੁਸ਼ ਨਹੀਂ
ਪਰ ਓਹਦੇ ਦਿਲ ਵਿੱਚ ਵੱਸਦੀ ਰਹੀ।

ਬਸ ਇੱਕ ਗੱਲ ਸੁਣ ਜਾ ਸੋਹਣੀਏ
ਫੇਰ ਇਜਾਜ਼ਤ ਜਾਣ ਲਈ ਤੈਨੂੰ,
ਜੇ ਟੱਕਰਾਂ ਕਦੇ ਜ਼ਿੰਦਗੀ ਦੇ ਵਿੱਚ
ਭਾਵੇਂ ਮੂੰਹ ਚੋਂ ਕੁੱਝ ਵੀ ਬੋਲੀਂ ਨਾ
ਬੱਸ ਪਹਿਚਾਣ ਲਵੀਂ ਮੈਨੂੰ।